मराठी पत्रकारिता

पहिली पावले

प्रा. सु. ह. जोशी

डायमंड पब्लिकेशन्स

मराठी पत्रकारिता : पहिली पावले

सु. ह. जोशी
ॐ कार, ३२ लक्ष्मी उद्यान,
नवी पेठ, पुणे – ४११ ०३०
फोन : २४५३०४६०, ९९२२४१९२१०

प्रथम आवृत्ती – ५ ऑगस्ट २००९

ISBN 978 - 81- 8483 - 070 - 5

© डायमंड पब्लिकेशन्स

मुखपृष्ठ
शाम भालेकर

प्रकाशक
डायमंड पब्लिकेशन्स
२६४/३ शनिवार पेठ, ३०२ अनुग्रह अपार्टमेंट
ओंकारेश्वर मंदिराजवळ, पुणे–४११ ०३०
☎ ०२०–२४४५२३८७, २४४६६६४२
info@diamondbookspune.com

ऑनलाईन पुस्तक खरेदीसाठी भेट द्या
www.diamondbookspune.com

प्रमुख वितरक
डायमंड बुक डेपो
६६१ नारायण पेठ, अप्पा बळवंत चौक
पुणे–४११ ०३० ☎ ०२०–२४४८०६७७

प्रास्ताविक आणि कृतज्ञता

सर्व थोर व्यक्तित्वांविषयी नितान्त आदर, त्यांना वंदन असो, पण जे पुर:सर (Pioneers), अग्रेसर होते, त्यांना अधिक वंदन असो, कारण त्यांनी मार्ग शोधून काढला, दाखविला वा विस्तृत केला. अशांचे कार्य प्रथम गंगोत्रीप्रमाणे छोटे वाटत असेल पण पुढे तिचे विशाल गंगेत रूपांतर झालेले असते. समजा काही त्रुटी, काही दोष, काही कमी असेल तरीसुद्धा अशांचे कार्य महानच होय. पुढे खूप सुधारणा होतील पण ज्यांनी प्रारंभ करून दिला, त्यांचे महत्त्व अपार आहे. आणि ज्यांनी विविध क्षेत्रांत आपले पुर:सरत्व सिद्ध केले त्यांचे तर विशेष अभिनंदन, विशेष कौतुक. मराठेशाही संपलेली आहे नि इंग्रजांचा अम्मल नुकताच चालू झालेला आहे अशा संक्रमणकाळात, संभ्रमित काळात ज्यांनी मुळीही गडबडून न जाता वृत्तपत्र, मासिक, क्रमिक पुस्तके, अन्य पुस्तके, व्याकरण, भूगोल, गणित, समाजसुधारणा, धर्मसुधारणा, इतिहाससंशोधन, ज्ञानेश्वरी, शैक्षणिक संस्था आदी अनेक क्षेत्रांत केलेले कार्य आणि तेही अल्पवयात.....खरोखर आचार्य बाळशास्त्री जांभेकरांचे हे कार्य पाहून आचार्य अत्रे यांच्यासारखा सव्यसाची पत्रकारही थक्क झाला. मुंबईच्या आद्य शिल्पकारांमध्ये अत्र्यांनी त्यांची गणना केलेली आहे. अशा महामना महाव्यक्तीचे चरित्र सादर करण्यात अतीव आनंद होत आहे. आज वृत्तपत्र, मासिके, पुस्तके आदी गोष्टी विपुल आहेत. त्यांचा एक प्रकारे प्रारंभ करणाऱ्या आचार्य बाळ गंगाधरशास्त्री जांभेकर यांच्या प्रति आम्ही अत्यंत कृतज्ञ आहोत. त्यांना ही नम्र भावांजली.

अशी पुस्तके प्रकाशित करण्यात धाडसी प्रकाशक श्री. दत्तात्रेय गं. पाष्टे हे आघाडीवर आहेत. शैक्षणिक आणि संदर्भग्रंथ प्रकाशनात ते अग्रेसर आहेत. त्यांच्याचमुळे ह्या पुस्तकास प्रकाश दिसत आहे. मी अत्यंत अत्यंत ऋणी आहे त्यांचा !

लोकशिक्षणकार ग. गं. जांभेकर, जगन्नाथजी चव्हाण, प्रा. ज्योती नि प्रा.

गणेशजी राऊत, सदैव प्रोत्साहक सुनीता दांडेकर, शिल्पा कुलकर्णी, शिल्पा कुलथे, नीलिमा शिकारखाने, सोमनाथ जंजिरे, अमोल पवार, मंगेश मोरे....., शशी सरवदे, सौ. वैशाली, ती. काकू-माधव-मंजिरी-आदिती-अनिरुद्ध जोशी, मिहिर-अर्चना-मोरेश्वर-डॉ. बाबा वझे, अशोक-अरुंधती, प्राची, चिन्मय जोशी.....लीलाताई, हरिभाऊ, हर्षदा, विदुला जोगळेकर, डॉ. प्रियदर्शिनी, डॉ. दिगंबर, अतुल फाटक सर्वांचा मी नितान्त कृतज्ञ आहे. शिक्रापूरच्या श्री. सौ. जांभेकर ह्यांनी प्रोत्साहन दिले. तसेच प्रकाशनविश्वकार श्री. मो. व. वैद्य ह्यांचा अत्यंत ऋणी आहे. कै. प्रा. ग. ह. खरे ह्यांनी फार पूर्वी हा विषय मला दिला होता. दिनविशेषकार श्री. वि. ना. होनप ह्यांना धन्यवाद.

ॐ कार, ३२ लक्ष्मी उद्यान,
नवी पेठ, पुणे - ४११०३०.
२४५३०४६० / ९९२२४१९२१०

– सु. ह. जोशी

विशेष धन्यवाद

१) आचार्य बाळ गंगाधरशास्त्री जांभेकर - लोकशिक्षणकार ग. गं. जांभेकर

२) मराठी वृत्तपत्रांचा इतिहास - रा. के. लेले, कॉंटिनेंटल प्रकाशन

३) मराठी नियतकालिकांचा इतिहास - रा. गो. कानडे

४) मराठी वृत्तपत्रांचा इतिहास - वि. कृ. जोशी, रा. के. लेले

५) शिक्रापूर निवासी, मूळ पोंभुल्याचे (बाळशास्त्री जांभेकरांच्या गावचे) नि बाळशास्त्रींच्या वंशजांपैकी श्री. सूर्यकांत नारायण जांभेकर, सौ. शुभांजली, चि. शशांक तथा बाळशास्त्री, सौ. वैशाली, चि. नहुष, चि. ऐश्वर्या... वरील सर्वांचा आधार घेतल्याविना हे पुस्तक लिहिताच आले नसते -

अत्यंत ऋणी आहे !

मराठी पत्रकारिता : पहिली पावले

प्रस्तावना

वृत्तपत्रे वाचल्याविना आपल्याला चैन पडत नाही. वृत्तपत्रांना एक दिवस सुट्टी असली तरीही आपल्याला चुकल्यासारखे होते. सकाळी उठल्यावर मुखमार्जन, चहा आदींच्याही अगोदर आपल्याला आठवण होते ती वर्तमानपत्राची. कधी एकदा 'पेपर' वाचतोय अशी घाई आपल्याला झालेली असते. नंतर कदाचित आपण उद्गार काढतो की ''काही अर्थ नाही ह्या वर्तमानपत्रात!'' तरीही आपल्याला वृत्तपत्राविना चैन पडत नाही. अशा प्रकारे वृत्तपत्र हा आमच्या जीवनाचा अभिन्न भाग झालेला आहे.

वृत्तपत्रांना लोकशाहीत तर अत्यंत महत्त्व आहे. लोकशाहीचा तो चौथा स्तंभ आहे हे वाक्य प्रसिद्धच आहे. वृत्तपत्र हा जागृत प्रहरी (पहारेकरी) आहे, असे वृत्तपत्रांचे अपार महत्त्व. एक कवी म्हणतो, ''आजच्या युगात जिथे तोफ निरूपयोगी आहे. तिथे अखबार (वर्तमानपत्र) उपयोगी, महत्त्वाचे आहे.''

हे सर्व खरे, पण ज्यांनी वृत्तपत्रांना प्रारंभ केला त्यांचे आपणावर महान उपकार आहेत. अतिशय प्रतिकूल परिस्थितीत त्या पुरस्सरांनी (पायोनियर्सनी) प्रारंभ केला, त्यांनी मार्ग खोदला, आज त्याचा विशाल राजमार्ग झालेला आहे. त्यांचा प्रयत्न हा गंगोत्रीसारखा होता. आज तिचे विशाल अशा गंगेमध्ये रूपांतर झालेले आहे. तर अशा वर्तमानपत्र, प्रारंभकर्त्यांची आठवण ठेवणे, त्यांची माहिती घेणे, त्यांचा इतिहास समजून घेणे ही महान कृतज्ञता आहे.

एकूणच भारतीय वृत्तपत्रसृष्टीचा इतिहास महत्त्वाचा नि वैशिष्ट्यपूर्ण आपल्या तेजाने चमकत आहे. इंग्रजांच्या ताब्यात बंगाल १७५७ मध्ये आला पण बंगाली वृत्तपत्र निघावयास मात्र १८१६ किंवा १८१८ वर्ष उजाडावे लागले. पण मराठीचे वैशिष्ट्य म्हणजे १८१८ मध्ये मराठ्यांचे राज्य संपले नि अवघ्या १४ वर्षांतच पहिले मराठी वृत्तपत्र 'दर्पण' निघाले हे विशेष होय.

१८३२ मध्ये बाळशास्त्री जांभेकर ह्यांनी आपल्या वयाच्या केवळ विसाव्या वर्षी दर्पण हे पत्र प्रारंभित केले. त्यांच्याही पूर्वी मराठी वृत्तपत्राला प्रारंभ झाला होता असे म्हणतात, पण अधिक माहिती उपलब्ध नाही. म्हणून दर्पण हेच पहिले मराठी वृत्तपत्र होय. आधुनिक काळ आणि चालू परिस्थितीची लोकांना माहिती देणे हा दर्पण पत्राचा उद्देश होता. जातिभेद, स्त्री शिक्षण, विधवाविवाह, धर्म, वाफेचे यंत्र, धूमकेतू इत्यादी विषयांवरील लेख त्यात येत असत. सरकारी खात्यातील अफरातफर यावरही त्यात काही असे. ही मराठी पत्रसृष्टीची पहाट वा सूर्योदय चांगलाच स्फूर्तिदायक ठरला, पाठोपाठ आठच वर्षांमध्ये म्हणजे १८४० मध्ये मुंबई अखबार हे संपूर्ण मराठी पत्र निघाले. कारण दर्पण हे मराठी नि इंग्रजी दोन्ही भाषात असे. १८४१ मध्ये प्रभाकर हे पत्र भाऊ महाजन (गोंविद विट्ठल कुंटे) ह्यांनी चालू केले. लोकहितवादींची शतपत्रे प्रथम त्यातच प्रसिद्ध झाली. इंग्रजी राज्यपद्धतीवर टीका प्रभाकर पत्रातच प्रथम करण्यात आली. १८४२ मध्ये अहमदनगर येथील अमेरिकन मिशनने ज्ञानोदय चालू केले. ख्रिस्ती धर्माचा प्रचार हा त्याचा प्रमुख उद्देश होता. १८४२ मध्येच ज्ञानसिंधू (वीरेश्वर स. छत्रे) निघाले. सतत १०० वर्षे चाललेले ज्ञानप्रकाश, (संपादक कृ. त्र्यं. रानडे) हे पत्र १८४९ मध्ये निघाले. त्यानंतरची वृत्तपत्रे म्हणजे विचारलहरी (कृष्णशास्त्री चिपळूणकर) १८५२; अतिशय गाजलेले इंदुप्रकाश (विष्णुशास्त्री पंडित) १८६२; नेटिव्ह ओपिनियन (वि. ना. मंडलिक, रा. भि. गुंजीकर) १८६७; अरुणोदय आणि हिंदू पंच (काशिनाथ धोंडों फडके आणि कृष्णाजी काशिनाथ फडके) १८६६; दीनबंधू (कृष्णराव भालेकर); तरुण मराठा (दिनकरराव जवळकर) आणि महाराष्ट्रबाहेरची मराठी वृत्तपत्रे ह्या साऱ्यांचा आढावा येथे घेतलेला आहे. दर्पण हे पहिले वृत्तपत्र नि आचार्य बाळशास्त्री जांभेकर हे पहिले संपादक. १७५ वर्षे झाली ह्या गोष्टीला. म्हणूनच त्यांचाविषयी अतिशय विस्तृत माहिती या पुस्तकात आहे. विद्यार्थी अभ्यासक, जिज्ञासू, वाचक आदि सर्वजण ह्या पुस्तकाचे स्वागत करतील असा विश्वास आहे.

अनुक्रमणिका

आचार्य बाळशास्त्री जांभेकर — १

बाळशास्त्रींचे मराठी ग्रंथकर्तृत्व — १७

आता 'दर्पण' मधील वैविध्यपूर्ण वार्ता — ३४

बाळशास्त्रींनी लिहिलेल्या पुस्तकांचा परिचय — ३९

दर्पणनंतरचा नियतकालिक प्रवास — ४३

परिशिष्ट १ — ९०

परिशिष्ट २ — ९२

आचार्य बाळशास्त्री जांभेकर

एक गुण जरी अंगी असला तरी मनुष्य प्रचंड उंची गाठू शकतो. पण जो गुणसागर आहे, ज्याच्या गळ्यात अमोल असा सद्गुणरूपी फुलांचा हार आहे अशी व्यक्ती अमरच होणार... हे...आणखी ज्यांनी अशा गुणांचा स्वत:साठी उपयोग न करता, जनतेसाठी, देशासाठी केला ते तर अधिकच अमर झाले. स्वा. विनायक दामोदर सावरकर म्हणतात,

गुणसुमने मी वेचियली ह्या भावे ।

की तिने सुगंधा यावे ।।

माझी प्रिय मातृभूमी सुगंधित व्हावी म्हणूनच मी गुणरूपी पुष्पे एकत्रित केलेली आहेत. स्वा. सावरकरांवरून आठवण झाली. त्यांच्या अंगी कवी, निबंधकार, कादंबरीकर, नाटककार, लिपिसुधारक, इंग्रजी प्रभुत्व, शुद्धीचे पुरस्कर्ते, भाषासुधारक, धर्मसुधारक, समाजसुधारक, देशभक्त, क्रांतिकारक नव्हे क्रांतिविद्यापीठाचे कुलगुरू, अप्रतिम वक्ते, शुद्ध हिंदीचा आग्रह, संपादक, लेखक, अत्यंत नि:स्पृह कार्यकर्ते, महान द्रष्टे, इतिहासकार... किती अमोल सद्गुण हे! आणि हे सारे गुण केवळ मातृभूमीच्या आराधनेसाठीच... स्वार्थाचा लवलेश नाही.

आचार्य बाळशास्त्री गंगाधरशास्त्री जांभेकर. जणू तोड नाही. बाळशास्त्री हे वीर सावरकरांचे जणू पूर्वावतारच होते. दोघांचे काही गुण अगदी समान होते...

बाळशास्त्री १८४६ मध्ये गेले नि वीर सावरकर त्यानंतर ३७ वर्षांनी म्हणजे १८८३ मध्ये जन्मले. तर बाळशास्त्री काय नव्हते? मराठीतील पहिले वृत्तपत्रकार, पहिले मासिककार, पहिले परिभाषानिर्मिते, पहिले शाळातपासनीस, पहिले प्राचार्य, पहिले शुद्धीकरणकर्ते, पहिले समाजसुधारक, पहिले इतिहास-संशोधक, ज्ञानेश्वरीचे पहिले प्रकाशक आणि अशा आणखी काही गोष्टी नि हे सारे आपल्या समाजासाठी, स्वत:साठी काही नाही.

हिंदुस्थानच्या स्वातंत्र्यसंग्रामाचे भीष्मपितामह डॉ. दादाभाई नौरोजी यांचे

गुरू किती महान असतील नाही?

आज वृत्तपत्र वाचल्याविना चैनच पडत नाही. मग पहिले वर्तमानपत्र काढणारा संपादक किती महान असला पाहिजे ?

आज सर्वत्र मासिकेच मासिके आहेत पण पहिले मासिक काढणारा संपादक किती महान असला पाहिजे !

मराठी राज्य चाललेले आहे, नवीन इंग्रजी राज्य येत आहे असा तो संधिकाळ होता. संक्रमण होत होते आणि त्या काळात बुद्धिमत्ता, अष्टपैलू कर्तृत्व, आपल्या देशाचा प्रचंड अभिमान, वाटेल तेवढे कष्ट घेण्याची सिद्धता इत्यादी गुणांनी युक्त अशा व्यक्ती फारच थोड्या निपजतात नि जी काही अशी नररत्ने ह्या काळात निपजली, त्यांमध्ये आचार्य बाळशास्त्री गंगाधरशास्त्री जांभेकर ह्यांचा क्रमांक पहिला लावावा लागेल.

अशा महाव्यक्तित्वांना कायमच कमी आयुष्य लाभावे ही नियतीची करणी काही विचित्रच आहे, हे कवी विनायक म्हणतात ते खरेच आहे,

''कळी उमलली जो न पावली

पूर्ण विकासाला ।

अदय कराचा तोच तिजवरी

आला की घाला ।।''

किंवा महाभारतात वीरा विदुला आपल्या पुत्राला, संजयाला म्हणते

''मुहूर्तं ज्वलितं श्रेयः।

न च धूमायितं चिरम् ।।''

(माणसाने एक क्षणभर का होईना पण लख्खन चमकून जावे, उगीच वर्षानुवर्षे धुमसत राहण्यात काहीही अर्थ नाही.)

आपले चरित्रनायक आचार्य बाळशास्त्री यांना निर्दय काळाने अवघ्या तेहेतिसाव्या वर्षी उचलून न्यावे, हे आपले दुर्दैव होय. अर्थात त्यापूर्वीच त्यांनी आमच्या सर्वांगीण राष्ट्रीय प्रगतीचा पाया मुंबईत घालून ठेवलेला होता... म्हणून त्यांना जे 'तेजस्वी भारतपुत्र' म्हणून संबोधिले जाते, ते सर्वथैव योग्य आहे. किंवा लोकशिक्षणकार ग. गो. जांभेकर त्यांना ''पश्चिम भारतातील नवयुगप्रवर्तक आणि आधुनिक महाराष्ट्राचे जनक म्हणतात'' हे त्यांचे सुंदर वर्णन होय, योग्य वर्णन होय.

कुलवृत्तान्त

सर्व जांभेकर मंडळींचे मूळ गाव आहे पोंभुर्लें! हे धन्य झालेले गाव सिंधुदुर्ग जिल्ह्यात देवगड तालुक्यात आहे. पूर्वी ते कोल्हापूर संस्थानात बावडा जहागिरीत

मोडत असे. असे दिसते की गेली सुमारे पाचशे वर्षे तरी जांभेकर मंडळी ह्या गावात नांदत आहेत. येथूनच त्यांचा सर्व भारतभर विस्तार झाला.

जांभेकर हे ऋग्वेदी, कौशिकगोत्री कऱ्हाडे ब्राह्मण नि गोमंतकातील महाडदळ (म्हार्दोळ) येथील सुप्रसिद्ध श्री. महालक्ष्मी देवी हे त्यांचे कुलदैवत होय. ह्या कुळाच्या दोन मुख्य शाखा होत. वडील शाखा गृहस्थी वळणाची, 'महाजन' ह्या उपनावाने प्रसिद्ध आहे आणि धाकटी उपाध्येपण करणारी, ''भट'' ह्या उपनावाने प्रसिद्ध आहे. ह्या दुसऱ्या शाखेतील वेदशास्त्रसम्पन्न श्री. गोपाळभट जांभेकर हे आपल्या बाळशास्त्र्यांचे निपणजे होत. यांनी सावंतवाडीकर दुसरे खेमसावन्त (इ. स. १६९७ ते १७०९) यांचा आश्रय करून राजपुराणिकाची वृत्ती प्रथम संपादिली. बाळशास्त्र्यांचे पिताजी श्री. गंगाधरशास्त्री हेही अतिशय विद्वान पुराणिक होते. त्यांचा स्वभाव अत्यंत दयाळू नि परोपकारी होता. उतार वयात ते राजापूर-पोंभुर्ले येथे राहत असत. महाभारत, भागवत पुराण आदी सांगण्याविषयी त्यांची प्रसिद्धी होती. आयुष्याच्या शेवटच्या पंचवीस वर्षांत राजापूरच्या श्रीविठ्ठल मंदिरात पुराण सांगण्याच्या त्यांच्या व्रतात कधी खंड पडला नाही.

गंगाधरशास्त्र्यांच्या पत्नीचे म्हणजेच आपल्या बाळशास्त्रींच्या मातुःश्रींचे नाव सगुणाबाई होय. ह्या माता-पित्यांचे उत्कृष्ट संस्कार आपल्या अपत्यांवर घडले. सौ. सगुणाबाई ह्या अत्यंत प्रेमळ, धर्मशीलवृत्तीच्या, पतिकार्यी सदातत्पर असत. गंगाधरशास्त्री नि सगुणाबाई दोघेही महायात्रेस गेली असताना सन १८३० मध्ये त्या साध्वीने काशीक्षेत्री देह ठेविला.

ह्यांची संतती म्हणजे चार अपत्ये. दोन पुत्र नि दोन कन्या. थोरले पुत्र नारायणशास्त्री यांचा वंश सावंतवाडी परिसरात चालू आहे. त्यानंतर दोन बहिणी - लाडूबाई नि चिमाबाई आणि बाळशास्त्री हे शेंडेफळ होते. लाडूबाईंचा विवाह रामचंद्रशास्त्री जानवेकर (बहुधा सावंतवाडी निवास) नि चिमाबाईंचा विवाह विष्णुभट योगी (मालवण) यांच्याशी झाला.

गंगाधरशास्त्रींचे निधन १८४० मध्ये झाले. त्यावेळी त्यांचे वय ६५ असावे.

बाळशास्त्रींची जन्मकुंडली उपलब्ध नाही. त्यामुळे त्यांची निश्चित जन्मतिथी (दिनांक) मिळत नाही. पण बाळशास्त्रींनीच लिहिलेल्या एका आवेदनपत्रावरून (अर्जावरून) त्यांचा जन्म १८१२ च्या उत्तरार्धात झाला असला पाहिजे. त्यांचे नाव बाळकृष्ण असावे नि त्यावरून बाळ हे नाव रूढ झाले असावे.

बालपण आणि प्राथमिक शिक्षण

बाळशास्त्री जन्माला आले तो काळ पेशवाईचा सरता काळ होता. स्वराज्यरवी

अस्ताला चाललेला होता. ह्या संधिकाळात बाळशास्त्रींचा जन्म झाला. तेव्हा लिहून ठेवण्याची पद्धती नव्हती वा लिहिलेले आता मिळत नाही. यामुळे बाळशास्त्रींच्या बालपणीच्या रमणीय वा बोधप्रद वा 'मुलाचे पाय पाळण्यात दिसतात' अशा गोष्टी उपलब्ध नाहीत. परंतु बाळशास्त्रींवर लहानपणीच माता-पित्यांचे उत्तम संस्कार झालेले होते. मूल जणू आपल्या आई-वडिलांची निवड करूनच जन्माला येते असे म्हणतात. वडिलांची धार्मिक वृत्ती, सदाचरण, विद्वत्ता, अभ्यासूपणा नि बुद्धिमत्ता आदी गुण बाळशास्त्रींमध्ये लहानपणीच उतरलेले होते. एका संस्कृत सुभाषितात म्हटलेले आहे –

"सूर्यकान्तमणी सूर्याचे किरण परावर्तित करू शकतो पण मातीच्या गोळ्याला ते किरण परावर्तित करता येत नाहीत."

काहींना पाठान्तर जमत नाही, काहींची स्मरणशक्ती दुबळी असते. पण आपला बाळ "एकपाठी" होता म्हणजे एकदा ऐकलेले वा वाचलेलेसुद्धा त्याचे पाठ होत असे. त्याची धारणाशक्ती अत्युत्तम होती. म्हणूनच सर्व शिक्षकमंडळी अत्यंत कौतुकाने त्याला "बालबृहस्पती" म्हणून संबोधीत असत. सात्त्विक स्वभाव हा छोट्या बाळचा विशेष होता. 'अभ्यास' हा त्याला अतिशय प्रिय असून 'रिकामा जाऊ नेदी क्षण' ही त्याची वृत्ती होती. तो काळ असा होता की अजून शाळा अस्तित्वात यावयाच्या होत्या. त्यामुळे बाळाचे प्राथमिक शिक्षण घरगुती पद्धतीनेच झाले.

अर्थात त्या काळाच्या दृष्टीने विचार केला पाहिजे. धड मराठेशाही नाही की अजून इंग्रजशाही नाही, बरे पुणे-मुंबई-रत्नागिरी यांसारखे शहरी वातावरणही नाही, वाहनांचा तर पत्ताच नाही. 'पोंभुर्ले' गावासारखे अगदी छोटे गाव. तरीही छोट्या बाळाचे बाळबोध नि मोडी लेखन - वाचन, व्यावहारिक अंकगणित, तोंडचे हिशेब, संत तुकाराम - रामदास - वामन - मोरोपंतादी प्रसिद्ध मराठी कवींच्या वेचक कविता, रामायण-महाभारतांतील तसेच पुराणांतील कथा, मराठ्यांचा इतिहास त्यांतील कथा, काही बखरी असा अभ्यास झाला.

आठव्या वर्षी व्रतबन्ध होताच खरोखरच अभ्यासाचे, उपासनेचे, दीर्घ परिश्रमांचे - प्रयत्नांचे जणू व्रतच घेतले त्याने!

'अभ्यासे होत आहे रे

अभ्यास करणे सदा (श्रीसमर्थ)।'

किंवा

'अभ्यासे प्रकट व्हावे' हेही श्रीसमर्थवचन खरेच आहे. मौंजीबंधनानंतर

वेदपठन, प्रसिद्ध अशा संस्कृत स्तोत्रांचे पाठ, श्रीमद्भगवद्गीता तसेच अमरकोश, लघुकौमुदी, पंचमहाकाव्ये इत्यादी संस्कृत अध्ययन बाराव्या-तेराव्या वर्षीच झाले.

'कोण पुसे अशक्ताला?' किंवा 'देही आरोग्य नांदते। भाग्य नाही यापरते।' किंवा 'शक्तियुक्ति जये ठायी। तेथे श्रीमंत नांदती।।'

ह्या उक्तीनुसार नि 'शरीरमाद्यं खलु धर्मसाधनम्।' (धर्म साधावयाचा असेल तर प्रथम शरीर धडधाकट हवे). ह्या वचनानुसार छोट्या बाळाचा सारा कल जरी विद्याभ्यासाकडे होता तरीही नियमितपणे सूर्यनमस्कार घालून त्याने आपले शरीरारोग्य चांगले सांभाळले होते. मुलाचे पाय पाळण्यात दिसतात, ते असे. शक्ती नि बुद्धी दोहोंची उपासना करणारा बाळ मोठेपणी एक असामान्य व्यक्तिमत्त्व ठरला...

दी बाँबे नेटिव्ह स्कूल बुक अँड स्कूल सोसायटी

(मुंबईची हैंद (एतद्देशीय) शाळा नि शाळापुस्तक मंडळी)

कुणाचे भाग्य कुठे असते? किंवा नियतीची इच्छा, करणी काही वेगळी असते. बाळशास्त्रींच्या ललाटीचा लेख जणू वेगळाच लिहिला गेला होता. कोकणातच ते राहिले असते तर एक विद्वान पुराणिक किंवा प्रवचनकार, पंडित अशी त्यांची ख्याती निश्चितच झाली असती. पण...

पण... याच सुमारास मराठी सत्तेचा भाग्यरवी मावळला नि १८१८ मध्ये माउंट स्टुअर्ट एल्फिन्स्टन याने मुंबई इलाख्याची राज्यसूत्रे गव्हर्नर ह्या नात्याने आपल्याकडे घेतली. तो अतिशय धोरणी नि शहाणपणाने वागणारा मनुष्य होता. तसेच येथून पुढे पुण्याचे राजकीय महत्त्व मुंबईस प्राप्त झाले नि ठिकठिकाणचे बुद्धिमान, उद्योगी नि महत्त्वाकांक्षी लोक मुंबई ह्या नव्या राजधानीकडे आकृष्ट होऊ लागले.

नव्या राजवटीसाठी नवीन प्रकारचा नोकरवर्ग आवश्यक होता म्हणून एल्फिन्स्टन ह्याने 'दी बाँबे नेटिव्ह स्कूल बुक अँड स्कूल सोसायटी' नामक शिक्षणमंडळी दि. २१ ऑगस्ट १९२२ ह्या दिनी स्थापली. तेथे कॅप्टन जॉर्ज जर्व्हिस नामक एका हुशार नि उत्साही इंजिनियर गृहस्थाची नेमणूक केली. येथील लोकांना त्यांच्या जन्मभाषेतून शिकविले असता पाश्चात्य विद्येचा अभ्यास अधिक सुगम होतो आणि इंग्रजी भाषेचे ज्ञान काही निवडक नि होतकरू विद्यार्थ्यांनाच करून दिले असता ते स्वभाषेत ग्रंथरचना करून अधिक सुलभतेने आपल्या बांधवांमध्ये ज्ञानाचा प्रसार करू शकतील, अशी जर्व्हिस याची निश्चित शिक्षणप्रणाली होती. त्याने चांगली पारितोषिके देऊन देशी भाषेत ग्रंथरचना व्हावी, ह्या कल्पनेचा जोरदार पाठपुरावा केला. त्या काळाचे प्रसिद्ध श्री. जगन्नाथशास्त्री क्रमवन्त यांच्या

साहाय्याने त्याने गणितशास्त्रावरील अनेक पुस्तके लिहिली. तसेच त्याने एक शिळामुद्रणालयही काढले. त्यात त्याने स्वत:ची नि अन्य लेखकांकडून मुद्दाम लिहवून घेतलेली पुस्तके छापून काढली. आधुनिक मराठी गद्यरचनेचा नि मुद्रण-प्रकाशनाचा हा पहिला उपक्रम होय, असे म्हणता येईल.

ह्याचबरोबर शिक्षणमंडळीने मुंबई बेटावर चार देशभाषीय शाळा नि १८२४-पासून एक छोटी इंग्रजी शाळाही प्रारंभित केली. अर्थात आपली मुले ह्या शाळेत बाटतील ह्या भीतीने पालक मंडळी तिथे मुलांना पाठविण्यास कां कूं करू लागली. तेव्हा ह्या समजुती दूर करून येथील लोकांत नवीन शिक्षणाचा प्रसार योग्य रीतीने व्हावा, म्हणून कॅप्टन जर्व्हिस याच्यासह १८२३ मध्ये श्री. सदाशिव काशिनाथ तथा बापू छत्रे यांची 'नेटिव्ह सेक्रेटरी' म्हणून १०० रु. वेतनावर नियुक्ती करण्यात आली. छत्रे हेही हुषार गृहस्थ. त्यांनी इंग्रजी भाषा तर आत्मसात केलीच पण इसापनीती नि बालमित्र ही आधुनिक मराठीतील आद्य पुस्तके त्यांनीच लिहिली. बापू छत्रे यांनी शिक्षणमंडळीचे काम १८२३ ते १८३० पर्यन्त मोठ्या उत्साहाने केले आणि ज्या अनेक होतकरू विद्यार्थ्यांना उत्तेजन / प्रोत्साहन देऊन पुढे आणले, त्यात बाळ जांभेकर हा अग्रगण्य होय. बाळाचे वडील गंगाधरशास्त्री यांना बापू छत्रे हे फार मान देत असत.

प्रख्यात दादोबा पांडुरंग आपल्या 'आत्मचरित्रा'त लिहितात की 'बापूंच्या सांगण्यावरून गंगाधरशास्त्री यांनी आपला पुत्र बापूकडेच इंग्रजी शिकण्याकरिता ठेवला.' बाळचा थोड्याच दिवसात इंग्रजी भाषेत फार चांगला प्रवेश होत गेला. दिवसा इंग्रजी शिकावे नि संध्याकाळी श्री. बापूशास्त्री शुक्ल यांच्याकडे कौमुदी (संस्कृत व्याकरण) शिकावे, असा त्याचा क्रम.

याव्यतिरिक्त गंगाधरशास्त्रींचे जावई श्री. रामचंद्रशास्त्री जानवेकर यांची बापू छत्रे यांनीच सोसायटीच्या मराठी शाळांमध्ये तपासनीस म्हणून प्रतिमास ६० रुपयांवर नेमणूक करून घेतली. त्याचा आणखी एक लाभ म्हणजे 'बाळ'ची आपल्या बहिणीकडे राहण्याची आयती सोय झाली.

१८२५ च्या शेवटी शेवटी बाळाचे मुंबईत आगमन झालेले दिसते नि १८२६ पासून एकदम सोसायटीच्या इंग्रजी शाळेत त्याचा प्रवेश झाला. वर्गात विद्यार्थी असतील पन्नासच्या आसपास नि मुख्याध्यापक होते एक कुशल आयरिश सैनिकी तरुण रॉबर्ट मर्फी. त्यानेच थोडेबहुत तयार केलेले दोन-तीन प्रौढ विद्यार्थी शिकविण्याच्या कामी त्याला हातभार लावीत.

अल्पवयी बाळशास्त्री जात्या अत्यंत बुद्धिमान नि उद्योगी असल्याने सर्व

विद्यार्थ्यांत तो सदैव अग्रेसर असे. त्याच्या शिक्षकांचा त्याच्यावर अतिशय स्नेहभाव असे. इंग्रजी तर त्याचे उत्तमच होते पण त्याव्यतिरिक्त गणित इत्यादी विषयांतही त्याने चांगली प्रगती केली. त्यामुळे आश्चर्याची नि अभिमानाची गोष्ट म्हणजे विद्यार्थिदशेतच तिसऱ्या वर्षापासून गणिताध्यापक म्हणून प्रतिमास १५ रुपयांवर तो काम करू लागला. अवघ्या चारच वर्षांत त्याचे ह्या इंग्रजी शाळेतील शिक्षण संपलेसुद्धा! एवढ्याशा अल्पावधीत त्याने खूपच विषय आत्मसात केले होते. त्याचे कौशल्य नि कर्तृत्व पाहून बापू छत्रे यांना सेवानिवृत्त व्हावेसे वाटू लागले आणि नेटिव्ह सेक्रेटरीच्या महत्पदासाठी १७ वर्षांच्या तरुण बाळशास्त्र्याने सोसायटीचे सेक्रेटरी कॅप्टन जर्व्हिस यांच्या नावे २० फेब्रुवारी १८३० या दिवशी एक सुरेख इंग्रजी आवेदनपत्र (अर्ज) केले. 'सध्याच्या विद्यार्थ्यांचे इंग्रजी म्हणजे अतिशय कच्चे आणि महाराष्ट्रीय विद्यार्थ्यांनी तर इंग्रजीत मागे पडण्याचा विक्रमच चालविलेला आहे, पण ह्या छोट्या महाराष्ट्रीय विद्यार्थ्यांचे इंग्रजीवरील नितान्त प्रभुत्व बघून मन थक्क होते.'

या आवेदनपत्रावरून कळते की इतक्या लहानपणीच बाळशास्त्रींना संस्कृत, मराठी नि इंग्रजी ह्या भाषा अतिशय उत्कृष्ट येत होत्या. तसेच गुजराती, बंगाली, नि फारसी याही भाषांत त्यांची प्रगती चालू होती. यावरून बाळशास्त्री काळाच्या फार पुढे होते, हे लक्षात येते. आज वर्षानुवर्षे एखाद्या नगरात राहून तेथील भाषा न येणारे महाभाग कितीतरी आहेत. पण सुमारे दीडशे वर्षांपूर्वीच अनेक भाषांचा सुपरिचय करून घेऊन बाळशास्त्रींनी राष्ट्रीय एकात्मतेचेच धडे इतक्या लहानपणी गिरविले आणि सध्याच्या पिढीला आदर्श घालून दिला, असेच म्हणूया. काही विषय नि भाषा शाळेत शिकविल्या जात नसतानासुद्धा त्यांनी आत्मसात केल्या, हे विशेष होय. अंकगणित, बीजगणित, भूमिती, महत्त्वमापन, लॉगरिथम्स, इत्यादी विषयांत त्यांनी नैपुण्य संपादिले होते.

बॉम्बे नेटिव्ह एज्युकेशन सोसायटीचे ''नेटिव्ह सेक्रेटरी'' म्हणून नियुक्ती

वरील आवेदनपत्राचा ताबडतोब विचार होऊन रॉबर्ट कॉटन मनी यांनी बाळशास्त्रींची प्रथमत: "डेप्युटी नेटिव्ह सेक्रेटरी" म्हणून प्रतिमास ५० रुपयांवर नियुक्ती केली. (मार्च १९३०) यावेळी त्यांचे वय १७-१८ च होते, हे विशेष होय. दिवसेंदिवस त्यांची प्रखर बुद्धिमत्ता, हुशारी, कामाची तडफ, कर्तृत्व नि या जोडीला अत्यंत निर्मल वर्तन यामुळे त्यांना मार्च १८३२ पासून एकदम १०० रु. वेतनावर बापू छत्रे यांच्या जागी पूर्णांशाने 'नेटिव्ह सेक्रेटरी' म्हणून नेमण्यात आले. १९२०-२५ पर्यंत सुद्धा अनेकांना ५ ते २५ रुपये वेतन मिळत असे.

त्यापूर्वी पाऊणशे वर्षे एक अल्पवयीन तरुण १०० रु. वेतन मिळवितो ही त्याच्या अचाट कर्तृत्वाचीच गोष्ट होय. सोसायटीच्या कार्यकारी मंडळात अतिशय उच्चस्थानी असलेले युरोपीय अधिकारी नि श्रेष्ठ असे हिंदु, मुसलमान, पारशी गृहस्थ असत. तेव्हा त्यांच्या बरोबरीने वावरणारा विशीतला मुलगा हा बाळ शास्त्र्यांचा मोठाच सन्मान होता.

सेक्रेटरी (सचिव) ह्या नात्याने ते पत्रव्यवहार बघत, शाळेत अध्यापन करीत नि भाषान्तर-समितीच्या उद्योगांकडेही लक्ष पुरवीत. जर्व्हिसने A treatise on the objects, Adventages and Pleasures of Knowledge.- Lord Brougham या प्रसिद्ध शास्त्रीय पुस्तकाचे 'विद्येचे उद्देश, लाभ आणि संतोष' या नावाने भाषान्तर करवून घेतले. त्यात बाळशास्त्रींचाही मोठा वाटा होता. तसेच मनी साहेबाने त्यांच्याकडून 'नीतिकथा', 'सारसंग्रह' 'इंग्लंड देशाची बखर - भाग १ नि २ (गोल्डस्मिथ)' ही लहान-मोठी पुस्तके सिद्ध केली. म्हणजेच बाळशास्त्रींनी मराठी ग्रंथरचनेस अगदी अल्पवयात प्रारंभ केला, असे दिसते. (आत्मचरित्र दादोबा पांडुरंग)

कोणतीही चांगली गोष्ट कधीच वाया जात नाही. त्यांना अनेक भाषा येत असल्यामुळे रॉयल एशियाटिक सोसायटीच्या मुम्बई शाखान्तर्गत पौरस्त्य भाषान्तर-समितीचे नेटिव्ह सेक्रेटरी म्हणूनही त्यांची १८३१ मध्ये नियुक्ती झाली.

दर्पण

'चिरंजीव त्यांचे जगी नाम राहे.' खरोखर आपल्या अनेकविध उपक्रमांमुळे बाळशास्त्री अमर झालेले आहेत. त्यांतील एक प्रमुख उपक्रम म्हणजे मराठीतील पहिले वृत्तपत्र 'दर्पण' होय. स्वदेशाभिमानी वृत्तीमुळे ज्ञानप्रसार नि लोकसुधारणा हे उद्देश मनात धरून त्यांनी 'दर्पण' पत्राचा संकल्प सोडला. 'सत्य संकल्पाचा दाता नारायण। सर्व मनोरथ पूर्ण करी।' ही श्री तुकोबारायांची उक्ती खरीच आहे. 'निश्चयाचे बळ तुका म्हणे तेचि फळ। किंवा निश्चयस्य बलं फलम्।

बाळशास्त्री दृढनिश्चयी नि कर्तृत्वसंपन्न होते. वयाच्या अवघ्या विसाव्या वर्षी 'दर्पण' चालू झाले. 'दर्पण' हे केवळ मराठीतील आद्य वर्तमानपत्र नसून, एतद्देशीयांनी पश्चिम भारतात चालू केलेले आद्य इंग्रजी वर्तमानपत्रही हेच होय. रघुनाथ हरिश्चन्द्रजी नि जनार्दन वासुदेवजी ह्या प्रभुद्वयाचे बाळशास्त्रींना उत्कृष्टच सहकार्य लाभले, याचा आवर्जून उल्लेख करावासा वाटतो.

दर्पणची प्रकट घोषणा वा प्रस्ताव (प्रॉस्पेक्टस) १२ नोव्हेंबर १८३१ या दिनी घोषित करण्यात आला. तरीही पहिला अंक - 'पुस्तक१ कागद१' हा

शुक्रवार, ६ जानेवारी १८३२ ला प्रकाशित झाला. तो मुळातूनच वाचणे उद्बोधक ठरेल. त्यात म्हटले होते–

''स्वदेशीय लोकांमध्ये विलायतेतील विद्यांचा अभ्यास अधिक व्हावा आणि या देशाची समृद्धी नि येथील लोकांचे कल्याण, ह्याविषयी स्वतंत्रतेने व उघड रीतीने विचार करावयास स्थळ व्हावे; म्हणून 'दर्पण' पत्र सुरू करण्यात येत आहे.''

पुढे संपादकीय धोरण सांगितलेले आहे-

''मनोरंजन करणे, चालते काळाची वर्तमाने कळीवणे आणि योग्यतेस येण्याचे मार्ग दाखविणे, या गोष्टींची दर्पण छापणारांस मोठी उत्कंठा आहे; म्हणोन या गोष्टी साध्य होण्याविषयी जितका प्रयत्न करवेल तितका तितका ते करितील. कोणा एकाचा पक्षपात किंवा नीचपणा या दोघांचा मळ दर्पणास लागणार नाही; कारण की दर्पण छापणारांचे लक्ष्य निष्कृत्रिम आहे; म्हणोन हे वर्तमानपत्र जा रीतीने भले आणि गुण पुरुषांस मान्य होईल, त्या रीतीने करण्यास ते दृढ निश्चयाने उद्योग करितील.''

दर्पण हे प्रथम पाक्षिक होते. मग ते साप्ताहिक झाले. त्याच्या प्रत्येक पृष्ठात दोन स्तंभ असत. उजवीकडे मराठी नि डावीकडे इंग्रजी. तिमाही वर्गणी ६ रुपये म्हणजे जबरच होती. कारण साक्षरता-प्रमाण कमी, विकत घेऊन वाचणारे थोडेच, टपालखर्चही बराच लागे. तरीही ३०० ग्राहक म्हणजे चांगली संख्या होय. 'दर्पण' हे मुख्यत: विचारपत्र व मतपत्र होते. त्यांची इंग्रजी लेखनशैलीही सुबोध नि आकर्षक होती. थोड्याच काळात दर्पणची कीर्ती पसरू लागली. दादोबा पांडुरंग 'आत्मचरित्रा'त लिहितात, 'बाळशास्त्री यांही एक मोठे स्मरणीय काम केले... शास्त्रीबावांनी ते मोठ्या मनोत्साहाने काही दरमाह न घेता पतकरिले... त्या वर्तमानपत्राने त्यांची मोठी कीर्ती वाढविली.''

दर्पण वृत्तपत्रात कोणताही विषय वर्ज्य नव्हता. काही लेखांची यादीच पाहूया 'बंगालमधील जागृती व राजा राममोहन रॉय, या देशाचे लोकांतून मोठ्या सरकारी जागांवर नेमणूका, या देशावर रशियनांचा हल्ला होण्याचे भय, शिक्षामंडळीस सरकारातून मिळणारा पैका कमी केला, कलकत्त्यामध्ये हिंदू नाटकशाळा (थिएटर) चालू झाली, शहर साफ ठेवण्याकरिता मंडळीची नेमणूक' इत्यादी अनेक विषय आणि चर्चा झालेल्या होत्या. देशी संस्थानांविषयी ब्रिटिश सरकारचे धोरण, सातारा संस्थान आदी विषयांवर दर्पणमध्ये निर्भीडपणे लेख आलेले दिसतात. हिंदू विधवांचा पुनर्विवाह, धंदेशिक्षणाची आवश्यकता अशाही विषयांचा परामर्श

घेण्यात आला होता. १७ फेब्रुवारी १८३२ अंकात बाळशास्त्र्यांनी रंगभूमीविषयी लेख लिहून त्याकडे समाजाचे लक्ष वेधले होते.

वाचकांचा पत्रव्यवहार हे वृत्तपत्रातील महत्त्वाचे सदर. सामान्यत: वाचक हे सदर पाहातोच. दर्पणमध्ये या विषयाला सतत महत्त्वाचे स्थान मिळालेले आहे. क्वचित संपादकीय उत्तरासह पत्रे प्रसिद्ध होत असत. दर्पणमध्ये, अतिशय स्पष्टपणे लिहिलेली वाचकांची पत्रे पाहावयास मिळतात-वाचकांना सामान्यत: मोकळेपणाने आपले मनोगत व्यक्त करण्याची संधी देण्यात येत असे मात्र स्तुतिपर पत्रे छापली जात नसत.

दर्पण हे मतपत्र होते. लोकांना समजावून देण्याला अधिक महत्त्व असे. दर्पण कोणाचे मिंधे नव्हते. जनतेला ज्ञान देऊन ते प्रबोधन करीत होते. सरकारलाही माहिती देऊन लोकमत दाखविण्याचा प्रयत्न असे. आपले पत्र त्यांनी प्रजा आणि राजा या दोघांना जोडणारा दुवा बनवून आणि दोघांनाही सांभाळून घेऊन दोन्ही जबाबदाऱ्या मोठ्या कौशल्याने पार पाडल्या.

बाळशास्त्र्यांची टीका निर्भीड पण विधायक असे. सरकारलाही योग्य त्या सुधारणा शिकविण्यास ते मागेपुढे पाहात नसत. बाळशास्त्र्यांच्या या वृत्तपत्रीय धोरणामागे स्वाभिमान होता. एतद्देशीय मनुष्य हा बुद्धीत इंग्रजांपेक्षा कमी नाही, तोही कार्यक्षम नि व्यवहारक्षम असू शकतो, असा बाळशास्त्र्यांचे ठाम मत होते.

प्रसिद्ध लेखक श्री. रा. के. लेले म्हणतात की, इंग्रज म्हणजे नेहमी वरच्या श्रेणीचे आणि आपण म्हणजे केवळ त्यांचे अंकित, असा न्यूनगंड बाळशास्त्र्यांच्या लेखनात आढळत नसे. त्यांच्या टीकेत स्पष्टवक्तेपणा असे पण प्रहार नसत, ''लोकांनी हे स्मरणात ठेवावे की, विद्या कोणते एके देशातच असते असे नाही. आणि मनुष्य येथून तेथून सर्वत्र सारखेच ...... बखरेवरून हे कळले.'' असे ते ठामपणे सांगतात, मराठी वृत्तपत्राच्या प्रारंभकाळातच विधायक वृत्तीचा बाणेदार संपादक पहिल्याच महत्त्वाच्या पत्राला लाभावा ही भाग्याची बाब म्हटली पाहिजे.

दर्पणात भाषेचा फुलोरा आढळणार नाही पण बाळशास्त्र्यांची मराठी भाषा लोकांना कळत होती, उमगत होती. मुंबईचे गव्हर्नर लॉर्ड क्लेअर ह्यांनी दर्पण पत्राची स्तुती केलेली आहे. सरकार दर्पणची एकच प्रत घेत असे. ह्यापलीकडे मात्र त्यांचे औदार्य गेले नाही.

पश्चिम भारतात पन्नास वर्षांहूनही अधिक काळ ख्रिश्चन मताचा प्रचार करणारे डॉ. जॉन विल्सन यांनी दर्पणविषयी उत्तम अभिप्राय लिहिलेला आहे.

साक्षरता अगदी कमी नि वृत्तपत्र हा अगदी नवा उपक्रम आणि पैसे खर्चणारे

कमी तरीही ३०० खप हा चांगलाच म्हटला पाहिजे. दर्पण पत्राची दखल मुंबई इलाख्याबाहेर बंगाल प्रांतातही घेतली गेल्याचे आढळते.

दर्पण पत्राचा दर्जा उच्च राखण्याचा आटोकाट प्रयत्न असे. नि:पक्षपातीपणा हा त्याचा अतिशय महत्त्वाचा गुण.

दर्पण पत्र लोकप्रिय होते नि त्याला मान-सन्मानही प्राप्त झाला होता. पण १८४० मध्ये ते का बंद करण्यात आले याविषयी काही सांगता येत नाही. २६ जून १८४० च्या अंकात 'Last Farewell' हे निरोपाचे संपादकीय लिहून वाचकांचा निरोप घेण्यात आलेला होता.

अक्कलकोट-निवास

सन १८३२ च्या शेवटी बाळशास्त्री अक्कलकोटच्या अल्पवयी युवराजाचे शिक्षक म्हणून नेमले गेले. राजपुत्र शहाजी भोसले यांस चांगले शिक्षण देण्यासाठी कुणीतरी हुशार मनुष्य हवा होता. तसा तो मिळणे अवघडच होते. तेव्हा प्रतिमास १२० रु. वेतनावर, आपल्या मूळ पदावर परत येण्याचा हक्क राखून बाळशास्त्रींची नेमणूक झाली. यावेळी बाळशास्त्री केवळ २० वर्षांचे होते. ६ जानेवारी १८३३-ला ते अक्कलकोटी पोहचले.

पुढे वीस महिने युवराजाला शिकविण्याचे कार्य त्यांनी मनापासून पार पाडले. अत्यंत मनापासून नि अत्यंत समाधानपूर्वक! आपल्या सुस्वभावामुळे ते सर्वप्रियही झाले. अक्कलकोटचा पोलिटिकल एजंट कॅप्टन जेम्सन याने त्यांच्याविषयी धन्योद्गार काढलेले आहेत.

अक्कलकोटी राहूनही त्यांचे 'दर्पणा'कडे लक्ष असे. तिथून ते इंग्रजी लेख पाठवीत असत. तेथे ते पुस्तकांची मुद्रिते (प्रुफेही) तपाशीत नि विषयांचा व्यासंगही चालू असे.

बाळशास्त्र्यांचा विवाह वयाच्या बाराव्या वर्षापूर्वींच झाला होता. त्यांची ही पत्नी १८३२ मध्ये दुर्दैवाने अल्पवयातच एक मुलगा होऊन निवर्तली, ह्या मुलाचे नाव पंढरीनाथ असे ठेवले होते, ह्यावरून त्यांचा ध्यानसमयी उत्पन्न झालेला पंढरपूरच्या भागवतसंप्रदायाकडील ओढा दिसून येतो. पत्नी फारच अल्पवयात गेल्या नि घरी लहान मूल. त्यामुळे द्वितीय विवाह करणे भागच होते. सोलापूर जिल्ह्यातील श्री. सदाशिव कृष्ण देवस्थळी यांची कन्या चिमाताई हिच्याशी लग्न होऊन तिचे सासरचे नाव सुंदराबाई ठेवण्यात आले.

असो. बाळशास्त्रींचा रात्रीचा भजनी कार्यक्रम नि त्यांचे श्री ज्ञानेश्वरीवरील प्रेम ही येथूनच निर्माण झालेली दिसतात.

मुंबईच्या एल्फिन्स्टन महाविद्यालयात ''असिस्टंट प्रोफेसर'' (साहाय्यक प्राध्यापक)

माउंट स्टुअर्ट एल्फिन्स्टन १८२७ मध्ये सेवानिवृत्त होऊन इंग्लंडला गेला तेव्हा पाश्चात्य वाङ्मय नि शास्त्रे यांचे उच्च शिक्षण विलायतेतून विद्वान आणून घ्यावयाचे नि त्यासाठी एक निधी उभारावयाचा असे ठरले. त्यानुसार प्रा. ए. बी. आलेंबार (गणित-विज्ञान) आणि प्रा. जॉन हार्कनेस (इंग्रजी वाङ्मय-तत्त्वज्ञान) हे दोघे मुख्य अध्यापक म्हणून रुजू झाले. या उभयतांना दोन ''साहाय्यक प्राध्यापक'' (असिस्टंट प्रोफेसर्स) साहाय्यासाठी घ्यावयाची योजना आखली. पण शाळेच्या पलीकडे जाऊन उच्च शिक्षण घेणारे / इच्छिणारे विद्यार्थी कमी होते, नव्हे दुर्मीळच होते. तसे 'असिस्टंट प्रोफेसर' म्हणून चांगले काम करू शकतील असे श्रीमान बाळशास्त्रींव्यतिरिक्त अन्य तरुण विद्वानही मिळण्यासारखे नव्हते. त्यानुसार अक्कलकोटहून मुद्दाम त्यांना परत निमंत्रिण्यात आले नि मुंबईस प्रतिमास १५० रुपयांवर ''पहिले असिस्टंट प्रोफेसर'' म्हणून ते कामावर उपस्थित झाले.

वाङ्मयापेक्षाही शास्त्राध्यापनाकडे बाळशास्त्र्यांचा ओढा अधिक असे. म्हणून त्यांनी स्वत:च प्रा. ऑलेंबार यांचे शिष्यत्व पत्करले नि पाश्चात्य गणित-ज्योतिषांतही प्रावीण्य संपादिले. प्रा. ऑलेंबार या आपल्या शिष्यावर अगदी प्रसन्न असत. ''प्रौढत्वी निज छात्रवृत्ति जपणे हा कार्यकर्ता असे!'' असे काहीसे म्हणता येईल.

तीन वर्षांत बाळशास्त्रींनी आपली योग्यता इतकी वाढविली की, बेल-हेंडरसन या दुसऱ्या प्राध्यापकांइतके म्हणजे प्रतिमास ३०० रू. वेतन त्यास मिळू लागले (१८३०). अवघ्या पंचविशीत दीडशे वरून तीनशेवर बढती हा पराक्रम असामान्य होता.

प्रा. ऑलेंबार नि प्रा. हार्कनेस ह्यांनी फोर्टमध्ये एक स्वतंत्र 'ज्यूनियर कॉलेज स्कूल' आरंभित केले नि बाळशास्त्र्यांना त्याचे प्रमुख केले.

गणित नि ज्योतिष शास्त्रांचे ''ॲक्टिंग प्रोफेसर''

बाळशास्त्रींची प्रतिभा सर्वगामिनी असे. त्यामुळे, ते महाविद्यालयात वाङ्मय नि विज्ञान या दोनही बाजूंचे विषय शिकवीत.

त्यांची शिकविण्याची हातोटी नि सूक्ष्म ज्ञान ह्यांमुळे युरोपीय प्राध्यापकांपेक्षा कोणत्याच बाबतीत ते कमी नव्हते. किंबहुना प्रा. ऑलेंबार आजारी पडून दोन वर्षे रजेवर गेले त्या वेळी त्यांच्या जागी 'ॲक्टिंग प्रोफेसर (प्रभारी प्राध्यापक)' म्हणून बाळशास्त्रींचीच नियुक्ती करण्यात आली. यावेळी त्यांना ४५० रु. इतके वेतन मिळू लागले. या वर्षात त्यांनी जितके चांगले विद्यार्थी निर्माण केले तितके पूर्वी

कधीच तयार झाले नव्हते, असे प्रांजल उद्गार स्वत: प्रा. आर्लेबार यांनीच काढलेले आहेत. (बोर्ड ऑफ एज्युकेशनचे वार्षिक इतिवृत्त १८४४)

एकच गोष्ट सांगितली तरी महत्त्व पटेल की हिंदुस्थानातील सरकारी महाविद्यालयात नेमले गेलेले पहिले एतद्देशीय गणिताध्यापक प्रा. दादाभाई नौरोजी हे त्याच वेळचे प्रा. बाळशास्त्र्यांचे शिष्यवर होत.

'एल्फिन्स्टन इन्स्टिटट्यूशन' मध्ये गणिताध्यापन चालू असतानाच कुलाबा येथील वेधशाळेचे चालकत्वही प्रा. बाळशास्त्री यांनी चांगले सांभाळले होते. तेथे साहाय्यक म्हणून काम करणारे केरो लक्ष्मण हेही त्यांचे दुसरे सच्छिष्य होत. पुढे ते पुण्याच्या डेक्कन कॉलेजात प्रा. केरूनाना छत्रे म्हणून प्रसिद्धी पावले. ते लोकमान्यांचे गणिताचे प्राध्यापक, एवढे सांगितले तरी पुरे आहे. गणितशास्त्रातील त्यांच्या विलक्षण नैपुण्यामुळे, पटुत्वामुळे बाळशास्त्रींना सीनियर रँग्लर मानण्यास मुळीच प्रत्यवाय नाही.

आणखी एक लक्षणीय उदाहरण! पुण्याच्या संस्कृत पाठशाळेतील नियुक्त ज्योतिषगुरू श्री. विष्णू नरसिंह जोशी यांचे! त्यांना कॅ. कँडी यांनी प्रा. आर्लेबार नि प्रा. बाळशास्त्री यांच्या हाताखाली पाश्चात्य गणित नि ज्योतिष यांचे अध्ययन करण्याकरिता शिष्यवृत्ती देऊन मुंबईस पाठविले. आणि अध्ययनसमाप्तीनंतर विष्णुशास्त्र्यांना पुणे संस्कृत पाठशाळेतील गुरुपदी पक्के करण्यात आले. स्वत: विष्णुशास्त्री बाळशास्त्र्यांपेक्षा पाच-सहा वर्षांनी वडील होते नि त्यांनी स्वत: ज्योतिषविषयाचा अभ्यास करून उत्तम पदवी संपादली होती. यावरून अशा दिग्गजांना शिकविणारे बाळशास्त्री किती श्रेष्ठ असतील, किती उंचीवर स्थित असतील याची कल्पना येते.

'नवनीत' हा प्रसिद्ध काव्यसंग्रह पं. परशुरामपंत तात्या गोडबोले यांनी लिहिलेला आहे. त्यांना लिहिलेल्या पत्रात श्री. विष्णुशास्त्री नरसिंह जोशी म्हणतात, ''शिकवण्यास शास्त्रीबाबासारखा मनुष्य मिळणे कठीण, आणि त्या पुरुषाचे सौजन्य वगैरे बहुतच गुण व अनंत विद्या आणि विशाल बुद्धी ही पाहून परमानंद होतो. सारांश आजपावेतो असा पुरुष प्राय: जाहाला नसेल.''

पुण्याच्या एका श्रेष्ठ आणि ज्येष्ठ विद्वानाचा हा अभिप्राय पुरेसा बोलका आहे.

परिभाषानिर्मिती नि मराठीतून शास्त्रग्रंथनिर्मिती

स्वातंत्र्य मिळून इतकी वर्षे झाली; पण परभाषेचे भूत आमच्या मानगुटीवरून उतरण्याची चिन्हे काही दिसत नाहीत. स्वभाषांचा अभिमान नसलेले आमचेच

तथाकथित विद्वान इंग्रजीला गौरवपूर्ण स्थान देऊन स्वभाषांना तुच्छ लेखीत आहेत, आमच्या भारतीय भाषा ह्या शिक्षणाचे माध्यम होऊ शकणार नाहीत म्हणून उगीचच कंठशोष करीत आहेत. स्वभाषांना स्वकीयांचाच विरोध हे दुर्दैवी चित्र केवळ भारतातच पाहावयास मिळेल.

हे सगळे लिहिण्याचा प्रपंच अशासाठी की आचार्य बाळशास्त्री गंगाधरशास्त्री जांभेकर हे काळाच्या फार पुढे होते. ही गोष्ट सुमारे दीडशे वर्षापूर्वींची आहे. त्यावेळी तर सगळ्यांचेच डोळे इंग्रजीच्या तेजाने दिपून गेले होते. कसल्या स्वदेशी भाषा, कसले स्वदेशी ग्रंथ, कसली परिभाषा नि कसले आले आहे स्वकीय माध्यम. सर्वच आनंदी-आनंद! पुढेपुढे तर इंग्रजीतील बोलणे-लिहिणे हेच प्रतिष्ठितपणाचे मानले जाऊ लागणार होते. अशा वेळची ही गोष्ट.

सर्व गणित विषय विष्णुशास्त्र्यांना मराठीतूनच शिकवावा लागणार होता. त्या संधीचा योग्य तो उपयोग करून घेऊन बाळशास्त्रींनी ह्याच वेळी 'डिफरेन्शियल व इंटिग्रल कॅल्क्युलस' वर ''शून्यलब्धी आणि मूल परिणति गणित'' मराठीत लिहून प्रसिद्ध केले. ही अपूर्व गोष्ट स्वत: नवीन संस्कृत-मराठी परिभाषा योजून दीडशे वर्षापूर्वी त्यांनी सिद्ध केली.

बाळशास्त्रींनी आपल्यांतील प्रसिद्ध तारांगणांव्यतिरिक्त अनेक युरोपीय नामाभिधानांच्या अन्य तारांगणांना अनुरूप संस्कृत संज्ञा योजून, तदनुसार दोन चांगले खगोलही एका शिष्याकडून तयार करविले होते.

'ए कोर्स ऑफ प्युअर अँड मिक्स्ड मॅथेमॅटिक्स- खंड १ नि २' ह्या गणितविषयक मोठ्या ग्रंथात प्रा. ऑलेंबार ह्यांनी बाळशास्त्रींसंबंधी, त्यांच्या सहकार्यासंबंधी गौरवपूर्ण उल्लेख केलेला आहे.

शिक्षण विभागाचे 'सुपरिटेंडंट' म्हणून बाळशास्त्रींची योजना

त्या काळी मुंबईबाहेर शिक्षणाचा प्रसार बराच कमी होता. पुणे, ठाणे नि सुरत येथेच इंग्रजी शाळा नि प्रत्येक विभागात चाळीस-पन्नास प्राथमिक शाळा असत. १८४० पासून 'बोर्ड ऑफ एज्युकेशन' नामक निमसरकारी कारभारी मंडळ मुंबई इलाख्यातील शिक्षणव्यवस्था पाहत असे. त्यांनीच इलाख्याचे १) मध्य, २) उत्तर नि ३) दक्षिण असे तीन शिक्षणविभाग पाडलेले होते. एल्फिन्स्टन कॉलेजातील अध्यापकच प्रारंभी सुपरिटेंडंट शाळा तपासनीस म्हणून काम करीत असत.

त्यानुसार प्रा. ऑलेंबार किंवा प्रा. हार्बनेस हे उत्तर विभागातील गुजराती शाळा, पुण्याच्या इंग्रजी शाळेचे मुख्याध्यापक आइज्डेल हे मध्य विभागातील

मराठी शाळा नि बाळशास्त्री हे दक्षिण विभागातील मराठी नि कन्नड शाळा तपाशीत. बाळशास्त्रींनी हे काम चार वर्षे उत्तम रीतीने पार पाडले. अजून आगगाडी (रेल्वे) आली नव्हती त्यामुळे मुंबईपासून पायवाटेने तीन-चार महिने विजापूरपर्यंत नि रत्नागिरी जिल्ह्यात मजल दरमजल करीत हे काम त्यांना करावे लागे. मोठ्या कष्टाचे हे काम फिरतीचे. तथापि अशा प्रकारचे शिक्षणप्रसाराचे कार्य म्हणजे देशसेवाच होय, अशा सद्भावनेने नि अत्यंत उत्साहाने त्यांनी ते केल्याकारणाने 'बोर्ड ऑफ एज्युकेशन' ने त्यांना वेळोवेळी इतकी मान्यता दिली की प्राय: त्यांच्याच शिफारसीमुळे सन १८४५ पासून मुंबई येथे एक अध्यापकवर्ग काढण्याचे त्यांनी ठरविले.

बाळशास्त्रींना 'डिरेक्टर' नेमून अध्यापकवर्गाची स्थापना

बाळशास्त्रींविषयींच्या अपेक्षा किती उंचावल्या गेल्या होत्या हे १८४४ च्या 'बोर्ड ऑफ एज्युकेशन' च्या इतिवृत्तावरून लक्षात येते. त्यात म्हटलेले आहे, ''युरोपातील अध्यापकवर्गाचे संचालकत्व अतिशय उच्च कोटीची शैक्षणिक योग्यता असलेल्या व्यक्तींकडे असते. प्रशिया आणि हॉलंड येथे अशा वर्गांसाठी अत्युत्कृष्ट पात्रतेच्याच व्यक्ती निवडल्या जातात. ह्यासाठी आम्ही संकल्पित 'अध्यापक वर्ग' मुंबईतच काढून त्याचे मार्गदर्शित्व असिस्टंट प्रोफेसर बाळशास्त्री ह्यांजकडे सोपविण्याचे ठरविले.... ह्या योजनेने आम्हांस अशी उमेद वाटते की, आमच्या एतद्देशीय प्रोफेसरांच्या अंगी जी थोर बुद्धिमत्ता नि नानाविध पात्रता आहे तिला स्वतंत्र क्षेत्र उपलब्ध होऊन आपल्या देशबांधवांच्या मनावर इष्ट ते सुसंस्कार करण्यास त्यांना अधिक सामर्थ्य येईल.'' (पृ. २४)

ह्या वर्गाचा प्रत्यक्ष प्रारंभ एप्रिल १८४५ मध्ये झाला. १५ मराठी, १५ गुजराती, नि १० कन्नड असे ४० विद्यार्थी घ्यावयाचे ठरले होते. शास्त्रीबुवांच्या हाताखाली गुजराती शाळांचे 'इन्स्पेक्टर' रणछोडदास गिरधरभाई नि कन्नड शाळांचे 'इन्स्पेक्टर' कृष्णाजी बाबाजी गाडगीळ यांना देऊन, बाळशास्त्रींनी स्वत:ला एल्फिन्स्टन महाविद्यालयातील अध्यापनकार्यातून पूर्णपणे मुक्त केलेले होते. मात्र त्याबरोबरच मुंबई बेटातील प्राथमिक शाळांच्या तपासणीचे कामही त्यांजवर सोपविण्यास आले.

१८४५ च्या इतिवृत्तावरून बाळशास्त्रींचा ह्या अध्यापकवर्गविषयींचा उत्साह, कर्तव्यनिष्ठता नि योग्यता समजून येतेच पण त्यांचे एक विद्यार्थी श्री. केशव शिवराम भवाळकर यांनी 'आत्मवृत्तात' बाळशास्त्रींविषयी सविस्तर, सुंदर लिहिलेले आहे.

मुंबईसारख्या मोहमयी नगरीत विद्यार्थ्यांचे पाऊल वाकडे पडू नये नि त्यांचे शीलसंवर्धन व्हावे, ह्या उद्देशाने शास्त्रीबुवांनी काळबादेवीतील आपल्याच घराजवळचा एक वाडा भाड्याने घेऊन तेथे विद्यार्थि-वसतिगृह चालू केले होते आणि तेथील एकंदर अनुशासन ते वेळोवेळी जाऊन जातीने पाहत असत. विद्यार्थ्यांवर त्यांचे अतिशय वजन नि मुख्यत: प्रेम असे.

पण महाराष्ट्राचे महादुर्दैव असे की,

'कळी उमलली जो न पावली पूर्ण विकासाला ।

अदय कराचा तोच तिजवरी आला की घाला ।।'

हा अतिशय चांगला असा उपक्रम! त्याचे पहिले वर्ष पूर्ण होतेय न होतेय तोच १७ मे १८४६ या दिनी प्राचार्य बाळशास्त्री जांभेकर अकस्मात निधन पावले, आणि त्याबरोबरच बोर्डाचे सर्व मनोरथ ढासळल्यामुळे त्यांनी तीन वर्षांचा अभ्यासक्रम पूर्ण होताच अध्यापकवर्ग परिसमाप्त केला.

बाळशास्त्रींचे मराठी ग्रंथकर्तृत्व

जर्व्हिस साहेबांच्या काळापासून (१८२९) बाळशास्त्रींनी मराठी ग्रंथकर्तृत्वाला प्रारंभ केला तो थेट १८४६ पर्यंत (वय वर्षे १७ ते ३४) म्हणजेच जीवनाच्या अंतापर्यंत!

कार्यमग्नता जीवन व्हावे । मृत्यू ही विश्रांती ।।

असेच बाळशास्त्रींचे आदर्श जीवन होते. अशा अल्पायुषित्वामुळे त्यांच्या कुटुंबियांची तर हानी झालीच पण महाराष्ट्राचीही अतोनात हानी झालेली आहे.

त्यांचे ग्रंथकर्तृत्व हे मुख्यत: शिक्षणकार्याच्या अनुषंगाने झाले आहे.

१) नीतिकथा, २) सारसंग्रह, ३) इंग्लंड देशाची बखर - भाग १ नि २, ४) भूगोलविया: गणित भाग ही त्यांची आरंभीची पुस्तके होत.

नंतर त्यांनी बालव्याकरण रचले. हे पुस्तक सतत पंचवीस वर्षे प्राथमिक शाळेत क्रमिक पुस्तक म्हणून लावलेले होते. हे पाचवे पुस्तक. पुढील पुस्तके त्यांनी संयुक्तरीतीने लिहिलेली आहेत. ६) 'भूगोलविद्येची मूळतत्त्वे', ७) 'मरे यांच्या इंग्रजी व्याकरणाच्या संक्षेप (१८३७)- राघोबा जनार्दन आणि बाळशास्त्री, ८) 'शब्दसिद्धिनिबंध (१८४३)- विनायकशास्त्री दिवेकर, भाऊ महाजन आणि बाळशास्त्री, ९) 'समीकरणाविषयीची टिपणे', १०) 'शून्यलब्धिगणित आणि मूलपरिणति गणित', ११) 'हिंदुस्थानचा इतिहास', १२) 'हिंदुस्थानातील इंग्लिशांच्या राज्याचा इतिहास' हे दोन इतिहासग्रंथ नि डॉ. ॲबरक्रॉंबींच्या प्रसिद्ध ग्रंथाच्या आधारे, १३) 'मानसशक्तीविषयीचे शोध' (अपूर्ण) हे ग्रंथ त्यांनी लिहिले.

तसेच १४) 'इंग्रजी-मराठी धातुकोश' आणि १५) 'शून्यलब्धि - मूलपरिणति गणित' यावर एक विस्तृत ग्रंथ अध्यापिक्षा अधिक रचला होता, पण अरेरे हे दोन्ही ग्रंथ आज अस्तित्वात नाहीत, हे दुर्दैवच म्हटले पाहिजे. १६) 'पुनर्विवाहप्रकरण' ही पोथीही त्यांच्या साहाय्याने लिपिली गेली, १७) 'संध्येचे भाषान्तर' करावयास प्रारंभ केला होता.

१९९० या वर्षी श्री ज्ञानेश्वरी या महाग्रंथाची जन्मशताब्दी सर्वत्र भव्य प्रमाणावर साजरी झाली. या निमित्ताने श्रीमान बाळशास्त्रींना अत्यंत विनम्रपणे, कृतज्ञतेने नि आदरपूर्वक वंदन करूया. ज्ञानेश्वरी प्रकाशनात बाळशास्त्रींचा फार मोठा वाटा आहे. १८) 'ज्ञानेश्वरी' ह्या मौलिक काव्य-तत्त्वज्ञान-ग्रंथाचे, भूषणभूत ग्रंथाचे आद्य प्रकाशन हे बाळशास्त्रींचे प्रचंड नि अचाट कर्तृत्व होय. आचार्य प्रल्हाद केशव अत्रे ह्यांनी आचार्य बाळशास्त्रींचा ह्या थोर कार्याविषयी अत्यंत गौरव केलेला आहे.

अत्यंत लहान वयात संतश्रेष्ठ श्री ज्ञानेश्वर महाराजांनी 'ज्ञानेश्वरी' हा अप्रतिम ग्रंथ लिहिला. अत्यंत लहान वयात तिशी-बत्तिशीत मराठीत सर्वप्रथम तो ग्रंथ पाठभेदांसह संपादित करून बाळशास्त्रींनी तो संपादित-मुद्रित करण्याचा मान मिळविला. खरोखर बाळशास्त्रींच्या ह्या महनीय कार्याला तोड नाही. त्यांनीच हा महाग्रंथ बहुजनांच्या हातात सर्वप्रथम ठेवण्याचे भाग्य, पुण्य नि श्रेय मिळविले, हे विशेष होय (१८४५). आजही हा ग्रंथ पुणे विद्यापीठाच्या जयकर ग्रंथालयात पाहावयास मिळेल. हा महानग्रंथ मुद्रित स्वरूपात बहुजनांच्या हातात देण्याचे श्रेय श्रीमान बाळशास्त्रींनाच आहे.

अल्पायुष्यात आणि नाना अवघड नि जबाबदारीची कामे पेलत असता, प्रवास चालू असताना त्यांतल्या त्यात सवड काढून त्यांनी मराठी ग्रंथांच्या प्रारंभकाळी केवढा व्यापक नि प्रचंड उद्योग केला, हे पाहिले म्हणजे मन थक्क होते. त्यांची अष्टपैलू सर्वांगीण-प्रतिभा नि जनहितकारक जीवननिष्ठा बघून मन विस्मित होते नि मान आदराने लवते. बाळशास्त्री, आपणांस विनम्र अभिवादन!

बहुभाषिक बाळशास्त्री

'बहुभाषिक व्हा' असा एक पाठ अनेकांच्या स्मरणात असेल. म. म. प्रा. दत्तो वामन पोतदार यांनी तो लिहिलेला होता. राष्ट्रीय एकात्मतेसाठी, भावनात्मक समरसता येण्यासाठी, परस्पर-कटुता कमी होण्यासाठी बहुभाषिकत्वाचा फार मोठा उपयोग होतो. पण पोतदारांनी हा पाठ लिहून पन्नास वर्षे झाली तरीही एखाद्या प्रान्तात अनेक वर्षे राहून त्या प्रान्ताची भाषा न येणारे अनेक महाभाग आपल्याला भेटतात. पण हा पाठ लिहिण्यापूर्वी आणि तेही कसल्याही सोयी उपलब्ध नसतानाही अनेक भाषांमध्ये पटू असणाऱ्या बाळशास्त्रींचे कौतुक करावे, तेवढे थोडेच आहे. बाळशास्त्रींचे हे दीडशे वर्षांपूर्वीचे उदाहरण आजच्या या भाषिक कटुतेच्या काळात दीपस्तंभासारखे निश्चितच मार्गदर्शक आहे. पण लक्षात कोण घेतो? अशी आजची भयाण अवस्था आहे. स्वतःची भाषा धड येईना तर

दुसऱ्याची भाषा शिकण्याची यातायात कोण करणार?

असो. ठिकठिकाणचे संदर्भ, उल्लेख, नोंदी एकत्रित केल्या तर बाळशास्त्रींना मराठी भाषेसह एकूण तेरा भाषा कमी-अधिक प्रमाणात येत होत्या, असे दिसते. मराठी भाषेवर तर त्यांचे नितान्त प्रभुत्व होते. कारण ते स्वतःच एक आद्य व्याकरणकार असून त्यांचे व्याकरणशास्त्रावरील प्रचंड प्रभुत्व श्री. गंगाधरशास्त्री फडके नि श्री. दादोबा पांडुरंग या दोघा अन्य आद्य व्याकरणकारांनीही मान्य केले होते.

देवभाषा नि भारतीय भाषांची जननी जी संस्कृत भाषा तिचा बाळशास्त्रींचा अतिशय उत्तम अभ्यास होता. संस्कृत भाषेतील व्याकरण, न्याय, धर्मशास्त्र, ज्योतिष इत्यादी अनेक शास्त्रांत त्यांना उत्तम गती होती. त्या काळचे प्रख्यात संस्कृत विद्वान मोरशास्त्री साठे ह्यांच्यासारख्यांशी संस्कृतात वादविवाद करण्याइतकी चतुरस्रता त्यांनी दाखविलेली होती.

अवघ्या विसाव्या वर्षाच त्यांनी इंग्रजी भाषेवर प्रभुत्व प्राप्त केलेले होते. त्यांचे 'दर्पण' साप्ताहिकातील इंग्रजी लेखच त्यांचे हे प्रभुत्व दाखवून देतात. सर आर्स्किन पेरी यांच्या सारख्यांनीही त्यांच्या इंगजीभाषा प्रभुत्वाची प्रशंसा केलेली होती. गुजराती, बंगाली, नि फारसी भाषांचे त्यांचे अध्ययन चालूच होते. यांपैकी गुजराती भाषा तर त्यांना उत्कृष्टच येत होती. हिंदी नि हिंदुस्थानी या भाषांशी त्यांचा परिचय असून अरबी भाषेचेही काही ज्ञान त्यांनी प्राप्त करून घेतले होते. युरोपीय विद्वानांशी संबंध आल्यामुळे लॅटिन, ग्रीक, फ्रेंच याही भाषा त्यांच्या संपर्कामुळे त्यांनी उचलल्या होत्या. बाळशास्त्रींचे शिष्य श्री. केशवराव भवाळकर हे 'आत्मचरित्रा'त लिहितात की बाळशास्त्रींच्या फ्रेंच भाषेतील नैपुण्याविषयी फ्रान्सच्या बादशहाकडून त्यांचा मानसन्मान झालेला होता. दक्षिण शिक्षणविभागाचे 'सुपरिंटेंडंट' ह्या नात्याने त्यांनी कन्नड शाळांच्या परीक्षा घेतलेल्या होत्या. इतकेच काय, पण त्यांच्या उपयोगासाठी आद्य प्राथमिक पुस्तकांची रचनाही त्यांच्याच हाताखाली प्रारंभित झाल्याचे 'बोर्ड ऑफ एज्युकेशन' च्या त्या काळच्या इतिवृत्तात आढळते.

मुंबईतील प्रमुख विद्वन्मंडळांशी सहकार्य

अनेकभाषापटुत्व, पाश्चात्त्य वाङ्मयातील विशेष प्रावीण्य, शास्त्रज्ञानातील विशेष प्रगती यांमुळे मुंबईतील प्रमुख विद्वन्मंडळांशी त्यांचा निकटचा संपर्क आला होता.

१८३१ मध्येच 'रॉयल एशियाटिक सोसायटी' च्या मुंबईशाखान्तर्गत भाषान्तर समितीचे एतद्देशीय कार्यमंत्री म्हणून त्यांची निवड झाली. तसेच त्याच वर्षी लंडन

येथील 'जिऑग्राफिकल सोसायटीची मुंबई शाखा' आरंभित झाली. तिच्या कार्यातही बाळशास्त्रींचा सहभाग असेच. १८४० मध्ये ते रीतसर सदस्य म्हणून निवडले गेले. त्या सोसायटीच्या १८४२ ते १८४६ च्या कार्यकारी मंडळाचे पदाधिकारी म्हणूनही त्यांची निवड झालेली होती. एशियाटिक सोसायटीत प्रथमत: विद्वान भारतीयांनाही प्रवेश मिळणे कठीणच असे. त्यामुळे बाळशास्त्रींनी भारतीय शिलालेख नि ताम्रपट यासंबंधीचे अनेक शोधनिबंध लिहिले. ते संस्थेच्या त्रैमासिक पत्रिकेत छापले गेले. एकूण ११ पैकी ८ अंकांत त्यांचे शोधनिबंध छापून आले होते. बाळशास्त्रींच्या कार्यास, लेखनास, संशोधनास मिळालेली ही मोठीच पावती होय. विशेष आनंदाची नि अभिमानाची गोष्ट ही की, त्या काळात अखिल भारतात अशा प्रकारचे तेच एकटे एतद्देशीय पंडित होते. अर्थात बाळशास्त्रींना 'भारतीय इतिहास संशोधनाचे जनक' म्हणणे योग्य होईल. त्यांच्या अकाली निधनामुळे ह्या संशोधनशाखेची अतिशय हानी झाल्याचा उल्लेख 'पत्रिके' चे तत्कालीन संपादक प्रा. ऑलेंबार ह्यांनी मोठ्या सहृदयतेने केलेला आहे.

''दिग्दर्शन'' मासिक

पुढे १८४० मध्ये दुर्दैवाने 'दर्पण' पत्र त्यांना बंद करावे लागले. तरीही हे पहिले वृत्तपत्र अत्यंत प्रतिकूल परिस्थितीत, अनेकानेक अडचणी असूनही सतत आठ वर्षे चालले, हे विशेष होय.

'दर्पण' बंद करण्यापूर्वीच सुमारे वर्षभर बाळशास्त्रींनी 'दिग्दर्शन' नामक मराठी मासिक काढण्याचा संकल्प सोडला होता. विशेष उल्लेखनीय गोष्ट म्हणजे हे केवळ मराठी भाषेतीलच पहिले (आद्य) मासिक नसून तत्पूर्वी पश्चिम भारतातील इतर देशभाषांतही अशा प्रकारचा उपक्रम झालेला नव्हता. किंबहुना एलफिन्स्टन महाविद्यालयातील द्वितीय उपाध्यापक श्री. नौरोजी फर्दूनजी यांनी ह्यानंतर पुढे लवकरच, 'विद्यासागर' नावाचे जे आद्य गुजराती मासिक चालू केले ते मराठी उपक्रमाचेच अनुकरण होय.

अडचणींना तोंड देऊन 'दिग्दर्शन'चा पहिला अंक १ मे १८४० या दिनी प्रकाशित झाला. अशा रीतीने संकल्प साकार झाला.

याव्यतिरिक्त बाळशास्त्रींच्या साहाय्याने भाऊ महाजनांनी त्यांच्याद्वारे ग्रंथप्रकाशनाचा प्रयोग प्रारंभित केला. शास्त्रीबुवांच्या मार्गदर्शित्वाने सुरेखसे, पाठभेदयुक्त 'ज्ञानेश्वरी'चे आद्य प्रकाशनही ह्याच मुद्रणालयातून १८४५ मध्ये झाले, ही गोष्ट विशेष होय.

दिग्दर्शनाचे समग्र अंक मिळत नाहीत, त्यामुळे ते किती वर्षे चालले ते

निश्चित सांगता येत नाही. पण चार वर्षांच्या शेवटी ते अनियमितपणे प्रसिद्ध होऊ लागले नि मग ते बंद पडले असावे. वेगवेगळ्या ज्ञानशाखांचा थोडक्यात नि सोप्या भाषेत परिचय करून देणारी पुस्तके मराठीत अभावानेच होती. त्यामुळे लोकशिक्षणाच्या दृष्टीने ह्या मासिकाचा चांगलाच उपयोग झालेला दिसतो. आश्चर्य म्हणजे लेखांवर लेखकांची नावे नाहीत; पण कित्येक लेख हे बाळशास्त्रींचे नाहीत, हे स्पष्टच आहे पण त्यातील अनेक लेखांचे विषय, स्वरूप, मांडणी नि भाषा लक्षात घेता ते त्यांचेच असले पाहिजेत, हे निश्चित होय.

'दर्पण' प्रमाणेच दिग्दर्शनालाही आर्थिक तोटा आलेला दिसतो. त्यातून १८४२ ते १८४६ ही चार वर्षे आचार्य बाळशास्त्रींच्या आयुष्यातील अत्यंत गडबडीची वर्षे, कामांचा प्रचंड व्याप, नाना प्रकारच्या आघाड्या सांभाळणे.... खरोखर असामान्यच होय हे कार्य! त्यातून श्री समर्थ रामदासस्वामी यांनी म्हटले होते ना!

नाना मंडळे चालवी
नाना मंडळे हालवी

खरोखर बाळशास्त्रींचे हे अचूक वर्णन होय.

असो. जून १८४६ च्या अंकात 'ज्ञानोदय' पत्रात त्यांच्यावर जो मृत्युलेख आलेला आहे, त्यात म्हटलेले आहे -

''त्याने (म्हणजे बाळशास्त्रींनी) काही दिवसपर्यन्त योग्य रीतीने दिग्दर्शन व दर्पण नामे दोन पत्रे काढली होती. परंतु त्या पत्रांची योग्यता त्याच्या लोकांस न समजून त्यास आश्रय दिल्हा नाही. परंतु त्या पत्रांच्या द्वारे स्पष्ट समजण्यात आले की तो इतर लोकांसारिखा अंधारात नव्हता.''

बाळशास्त्रींच्या प्रोत्साहनाने नि स्फूर्तीतून २४ ऑक्टोंबर १८४१ पासून त्यांचे सभ्य नि तरुण मित्र गोविंद विठ्ठल कुंटे तथा भाऊ महाजन यांनी 'प्रभाकर' नामक सर्वस्वी मराठी साप्ताहिक प्रारंभित केले. आणि लगेचच त्याच नावाचे मुद्रणालयही काढले. ह्यावेळी 'दर्पण' पत्र बंद पडले होते. 'दिग्दर्शन' पत्र प्रभाकर मुद्रणालयातच मुद्रित होऊ लागले.

जेवढे महत्त्व 'दर्पण' वृत्तपत्रास तेवढेच महत्त्व 'दिग्दर्शन' मासिकास! तेव्हा 'दिग्दर्शन' मधील काही लेख वा उतारे पुढे स्वतंत्र छापलेले आहेत.

आद्य आधुनिक समाजसुधारक नि धर्मसुधारक

खरोखर बाळशास्त्रींची प्रतिभा अष्टपैलू नि एकप्रकारे सर्वांगिणी होती. स्वदेशाची उन्नती व्हावी, ही त्यांची कळकळ सामाजिक नि धार्मिक क्षेत्रांतही व्यक्त झालेली

आहे. पौर्वात्य नि पाश्चात्त्य संस्कृती दोहोंचा त्यांचा चांगला अभ्यास होता, दोहोंमध्ये त्यांचा वावर होता त्यामुळे त्यांना स्वकीय नि सामाजिक नि धार्मिक या स्थितींचे योग्यप्रकारे निदान झालेले होते. त्यामुळेच युरोपीयांच्या बाह्य झगमगाटाने ते वाहवले गेले नव्हते. त्यांची सुधारणा-दृष्टी खोल नि विवेकसंपन्न होती.

आपल्या धर्मात नि समाजात शिरलेले दोष काढून टाकलेच पाहिजेत, असे त्यांचे आग्रहाचे मत होते. खरी सुधारणा ही तडकाफडकी होत नसते तर ती हिंदू धर्मशास्त्राच्या उदार परंपरेनुसार क्रमश: आपल्याच पिंडातून विकसित झाली पाहिजे, असे त्यांचे मत होते.

ते स्वत: आस्तिक नि सत्त्वशील, सदाचारसंपन्न, हिंदुधर्माभिमानी असून धार्मिक नि सामाजिक सुधारणा प्रकरणी एक प्रकारे प्रगतिशील, पुरोगामी व्यवहारवादी होते. मात्र त्यांना कोणतेच ढोंग, दंभ पसंत नव्हता, शाब्दिक गर्जना मान्य नव्हत्या.

त्या काळी स्त्रियांची स्थिती खूपच अनुकंपनीय होती. बाळशास्त्रींसारख्या सहृदय व्यक्तीचे हृदय या परिस्थितीने कळवळले नसते तरच नवल! स्त्रीशिक्षण, बालविवाहनिषेध, बालविधवापुनर्विवाह ह्यासंबंधात आपल्यांत सुधारणा झालीच पाहिजे, असे आग्रहाने सांगून त्यासाठी शास्त्रशुद्ध प्रयत्न करणारे आद्य सुधारक बाळशास्त्री जांभेकर हेच होत, ही गोष्ट खरोखरच लक्षणीय आहे.

बाळशास्त्री स्वधर्मनिष्ठ होते, सदाचरणी निर्मळ होते पण धर्मभोळे नव्हते, कर्मठ नव्हते. ते वेदान्ती होते. त्यामुळे त्यांच्या ठिकाणी कोणतीही विषमता नव्हती, धर्मद्वेष नव्हता. प्रत्येकाने स्वधर्मानुसार, पण सहिष्णुतेने नि सदाचरणाने वागावे, असे त्यांचे मत होते. आर्य तत्त्वज्ञान नि धर्म तर त्यांस चांगलाच अवगत होता पण बायबल, कुराण आदी धर्मग्रंथांचे अध्ययन करून तुलनात्मकदृष्ट्या आर्यधर्म नि आर्य तत्त्वज्ञान हेच सर्वश्रेष्ठ आहे, असे त्यांचे ठाम मत नि श्रद्धा होती. त्यामुळेच ख्रिस्ती धर्मप्रचारक हिंदू धर्मावर आघात करीत, ते त्यांस मुळीही संमत नसे. म्हणूनच ख्रिस्ती प्रचारकांनी जेव्हा जाणून-बुजून हिंदू बांधवांना स्वधर्मभ्रष्ट करण्यास प्रारंभ केला, तेव्हा त्यांना विरोध करण्यास बाळशास्त्री पुढे सरसावले. हेच ते देशभर गाजलेले श्रीपत शेषाद्रीचे शुद्धिप्रकरण होय.

श्रीपत शेषाद्रि प्रकरण.

आत्ताच्या मराठवाड्यातल्या नि त्या वेळच्या निजामी राज्यातल्या परळी वैद्यनाथ ह्या ज्योतिर्लिंगासाठी प्रख्यात असलेल्या गावातून शेषाद्रि गोविंद नामक एक गरीब गृहस्थ उदरनिर्वाहासाठी म्हणून मुंबईस येऊन राहिले. गरिबीमुळे

आपला नारायण नामक वडील मुलगा त्यांनी १८३८ मध्ये 'जनरल असेंब्लीज इन्स्टिट्यूशन' ह्या ख्रिस्ती धर्मप्रचारकांनी चालविलेल्या शिक्षणसंस्थेत इंग्रजी शिकण्यासाठी घातला. तो होतकरू असल्यामुळे १८४२ मध्ये त्याचा अभ्यासक्रम पूर्ण होताच त्याच्या ख्रिस्ती आश्रयदात्यांनी आपल्या शाळेत शिक्षक म्हणून नेमले. त्याच्या मनात हिंदू धर्माविषयी त्या अविवेकी लोकांनी भलभलते भरवून दिले आणि संस्थाप्रमुख रेव्हरंड रॉबर्ट नेज्बिट याच्यामुळे नारायण ७ सप्टेंबर १८४२ ला घरातून निघून गेला. इतकेच नव्हे तर नारायणाचा धाकटा भाऊ श्रीपत हाही आपल्या थोरल्या भावाचे अनुकरण करून घरातून पळून तर गेलाच पण रे. नेज्बिटने १३ सप्टेंबर १८४३ या दिनी नारायणाला ख्रिस्ती धर्माची दीक्षा दिली.

ही वार्ता मुंबईभर पसरली नि हिंदूंमध्ये मोठीच खळबळ माजली. एक निषेधसभा मुंबईतील हिंदूंनी भरविली नि 'कोणाही स्वाभिमानी हिंदूने आपली मुले या शाळेत घालू नयेत' असा हिंदूंच्या निषेधसभेत बहिष्काराचा ठराव पारित करण्यात आला.

बाळशास्त्रींनी तत्काळ या प्रकरणात लक्ष घातले. ते आणि हिंदूंचे प्रसिद्ध नेते, मुंबईचे शिल्पकार श्री. जगन्नाथ शंकरशेठ तथा नाना हे उभयतः श्रीपत तरी धर्मभ्रष्ट होऊ नये म्हणून नि त्याला पाद्र्यांच्या कचाट्यातून सोडविण्यासाठी म्हणून त्या दिशेने हालचाली करू लागले. शाब्बास त्यांच्या दूरदृष्टीची! त्यांच्या स्वाभिमानाची, त्यांच्या स्वधर्मकार्याची! शेषाद्रिपंतांना त्यांनी पूर्णतया साहाय्य करण्याचे ठरविले, नि पाद्र्यांकडे जाऊन आपल्या अल्पवयी मुलाची रीतसर मागणी करण्यास सांगितले. पण श्रीपतीला पंतांच्या स्वाधीन करण्यास रे. नेज्बिटने नकार दिला. तेव्हा मग शेषाद्रिपंतांनी सीनियर पोलिस मॅजिस्ट्रेट मि. लेगेट यांजकडे तक्रार केली पण तो त्या पाद्र्यांचाच पक्षपाती. मग न्याय मिळणार कसा?

तेव्हा शेषाद्रिपंतांच्या चाहत्यांनी उच्च न्यायालयात दाद मागितली नि बन्दिप्रत्यक्षीकरणाच्या निर्बन्धानुसार म्हणजेच 'हेबियस कॉर्पस'च्या कायद्यान्वये श्रीपतीला स्वाधीन करून घेण्याचे योजिले. इथे मात्र मात्रा लागू पडली. ३ नोव्हेंबर १८४३ ला सरन्यायाधीश सर हेनरी रोपर आणि प्यूनी जज्ज सर अर्स्किन पेरी यांच्यासमोर हा संस्मरणीय अभियोग (दावा) चालला आणि सुवार्ता म्हणजे रे. नेज्बिट यास श्रीपतीला त्याच्या वडिलांच्या स्वाधीन करण्याची आज्ञा करण्यात आली नि लगेच कार्यवाहीतही आणली गेली.

आनंदवार्ता म्हणजे बाळशास्त्रींना यश आले पण येथूनच खऱ्या अडचणींना प्रारंभ झाला. श्रीपतीला ख्रिस्ती केलेले नव्हते पण सत्तावत्र दिवस तो ख्रिस्त्यांच्या घरी राहिला होता ना! झाले! त्या वेळच्या कर्मठ लोकांनी कुरबुर चालू केली. 'ह्या भ्रष्ट मुलाला आपल्यांत घ्यायचं कशाला? अशा आचारभ्रष्टतेमुळे हिंदू धर्माचा नाश होईल' असे मत मांडावयास त्यांनी प्रारंभ केला.

हिंदू धर्माचे खरे रहस्य जाणून देशकालानुसार आपले वर्तन राखणे अवश्य आहे, नाहीतर ख्रिस्ती प्रचारकांच्या बलिष्ठ आक्रमणाने हिंदू समाज अधिक दुर्बल होईल, अशी बाळशास्त्र्यांसारख्या विचारवंत धर्माभिमान्यांची प्रगतिपर विचारसरणी होती. म्हणूनच ख्रिस्ती धर्मप्रचाराला आळा घालण्याच्या दृष्टीने त्यांनी श्रीपतीचा पक्ष उचलून धरला. काही शास्त्रीमंडळींशी चर्चा करून त्यांना त्यांनी अनुकूल करून घेतले. मुंबईचे मोठे नेते श्रीमंत जगन्नाथ शंकरशेट हेही बाळशास्त्रींच्या बाजूने उभे राहिले. त्या मुलाला लागलीच शास्त्रोक्त प्रायश्चित्त देऊन स्वधर्मात परत घेण्याचा अतिशय कठीण उद्योग त्यांनी आरंभिला. त्यासाठी त्यांना खूप खटपटी, प्रयत्न, परिश्रम करावे लागले. काम तितकेसे सोपे नव्हते. पुणे संस्कृत वेद पाठशाळेचे प्रमुख मोरशास्त्री साठे, त्र्यंबकशास्त्री शाळिग्राम इत्यादी सुप्रसिद्ध धर्मविद्वानांची आणि करवीरच्या श्री शंकराचार्यमठाची प्रथमत: अनुमती मिळविली आणि श्रीपतीला मुंबईत पूर्वांग प्रायश्चित्त देऊन, पुढे काशीश्रेत्री त्यास रीतसर शुद्ध करण्याचा मार्ग योजला.

बाळशास्त्रींना या प्रकरणात खूपच त्रास झाला. अनेकांनी काशीक्षेत्रापर्यन्त त्यांच्याविरुद्ध खोट्यानाट्या कागाळ्या केल्या, कर्मठांनी त्यांच्यावर बहिष्कार टाकला. परंतु,

> **'की घेतले व्रत न हे**
> **अम्हि अंधतेने ।'**

किंवा

> **'न टाकिती धैर्य तथापि थोर ।**

अशी बाळशास्त्रींची मनोधारणा होती. कोणत्याही विरोधाची तमा न बाळगता शास्त्रीबुवांनी श्रीपतीला मुंबईत पूर्वांग प्रायश्चित्त देऊन आपल्या खर्चाने पुण्याच्या मार्गाने श्री क्षेत्र काशीला सहकुटुंब रवाना केले. अर्थात आगगाडी नसल्याने त्या मंडळींचे खूप हाल झाले असणार. इकडे शास्त्रीबुवांनाही मनस्ताप सहन करावा लागला पण केशवराव भवाळकर 'आत्मचरित्रा'त लिहितात, ''जरी त्या सामन्यात शास्त्रीबावांचे पक्षास थोडे लोक अनुकूल होते व त्यांजला ब्राह्मण लोकांकडून

पीडाही बरीच झाली व खर्चाचे पेचातही बरेच ते आले तथापि त्यांचा इष्ट हेतू बराच शेवटास गेला. तो श्रीपत शेषाद्री फिरून ब्राह्मण्यात प्रविष्ट झाला व तो आपाधिकरी होऊन महाबळेश्वरी सरकार नोकरीवर राहून त्याचे लग्नकार्य होऊन संतती होऊन तो पेन्शन घेऊन पुण्यास घर करून राहिला.''

आचार्य बाळशास्त्रींच्या ह्या महत्त्वपूर्ण कामगिरीविषयी सर नारायणराव चंदावरकर म्हणतात, ''ह्या इलाख्यात ब्रिटिश अमदानीतील हिंदू सामाजिक सुधारणेचा प्रारंभ गेल्या शतकात १८४० च्या आसपास झालेला असून, बाळशास्त्री जांभेकर हे आमचे आद्य समाजसुधारक होत.''

'इंदुप्रकाश' वर्तमानपत्रात ११ मे १८८५ च्या अंकात म्हटलेले आहे, ते असे - ''त्यांच्या अकाली निधनामुळे बुद्धिवादी व तारतम्ययुक्त अशा धार्मिक व सामाजिक सुधारणेच्या कार्याला जो धक्का बसला त्यातून त्याने पुन: कधीही आपले डोके वर काढले नाही.''

बाळशास्त्रींचे इतर सार्वजनिक उद्योग

बाळशास्त्री अवघ्या तेहेतिसाव्या वर्षी निधन पावले हे राष्ट्राचे, समाजाचे दुर्दैवच होय. त्यामुळे एकूण कर्तृत्वाची अशी त्यांना दहा-बाराच वर्षेच मिळाली. सरकारी उच्च शिक्षणाधिकाऱ्याची सारी कर्तव्ये त्यांनी उत्तम रीतीने पार पाडली. इतर देशप्रगतीचे उद्योग त्यांनी केवळ स्वयंस्फूर्तीने नि खऱ्याखुऱ्या सार्वजनिक हिताच्या तळमळीने शिरावर घेतलेले होते.

तो काळ असा होता की ईस्ट इंडिया कंपनीच्या राज्यकारभारात प्रातिनिधिक राज्यपद्धतीचे यत्किंचितही बीज अस्तित्वात नव्हते. मुंबई-पुण्यातही निरक्षर, अज्ञ, अशिक्षित लोक खूपच होते. सनदशीर राजकीय चळवळीसाठी थोडे तरी शिक्षण, सार्वजनिक कार्याची आवड हवीच ना? तेव्हा आजकालच्या राजकीय पुढाऱ्यांचे निकष बाळशास्त्रींना लावता येणार नाहीत. लोकजागृतीसाठी शिक्षण, वृत्तपत्रे, व्याख्याने यांवरच भर देणे भाग होते.

दर्पण नि दिग्दर्शन ह्यांच्या योगे त्यांनी स्वदेशबांधवांना राजकीय, सामाजिक परिस्थितीचे ज्ञान प्राप्त करून दिले, त्या विषयांची त्यांच्या मनात गोडी उत्पन्न केली. आपली मते नि:स्पृहपणे सरकारपुढे मांडण्यास त्यांनी कमी केले नाही. एका प्रसंगी तर एका युरोपीय गृहस्थावर त्यांनी कडक टीका केली, त्यामुळे अब्रुनुकसानीची फिर्याद होईपर्यंत पाळी आली.

ग्रंथालये, वाचनालये यांचे समाजात विशेष स्थान, महत्त्व आहे. त्यामुळे राघोबा जनार्दन इत्यादी तरुण स्नेह्यांना प्रोत्साहन देऊन त्यांच्याकडून १८४५-

मध्ये 'बॉम्बे नेटिव्ह जनरल लायब्ररी' नामक मुंबईतील आद्य एतद्देशीय सार्वजनिक ग्रंथालयाची स्थापना करविली. ही संस्था पुढे सुमारे पंचाहत्तर वर्षे उत्तम रीतीने चालून पुढे 'पीपल्स फ्री रीडिंग रूम' नामक मुक्तद्वार लोकवाचनालयात तिचे रूपांतर करण्यात आले.

'नेटिव्ह इम्प्रुव्हमेंट सोसायटी' नामक संस्था म्हणजे त्यांच्या लोकशिक्षणाचा आणखी एक उद्योग होय. ह्या एतद्देशीय सुधारणा-मंडळाचे ते स्वत: अध्यक्ष होते. या संस्थेच्या द्वारे भरणाऱ्या सभांतून तरुण कार्यकर्ते सार्वजनिक हिताच्या विविध प्रश्नांवर निबंध वाचून चर्चा करीत. शास्त्रीबुवांचेच अत्यंत प्रसिद्ध शिष्य नि हिंदुस्थानच्या स्वातंत्र्यचळवळीचे भीष्मपितामह दादाभाई नौरोजी लिहितात, "त्यांच्या कर्तृत्वसंपन्न, सौजन्यपूर्ण नि स्फूर्तिदायक नेतृत्वाने आम्हा विद्यार्थि-सदस्यांचे नि:संशय मोठे कल्याण झाले. पुढे डॉ. भाऊ दाजी, दादाभाई नौरोजी नि विश्वनाथ नारायण मंडलिक यांच्या तरुण पिढीने 'स्टुडण्ट्स लिटररी अँड सायंटिफिक सोसायटी' नामक जे प्रसिद्ध ज्ञानप्रसारक मंडळ स्थापून लोकशिक्षणाचे नि लोकसुधारणेचे कित्येक वर्षे उत्तम कार्य केले ते मंडळ म्हणजे बाळशास्त्रींच्या वर सांगितलेल्या संस्थेचेच अपत्य होय.

बाळशास्त्री हे धार्मिक नि सामाजिक चळवळींमध्ये अग्रभागी असत. त्यांची विद्वत्ता नि चारित्र्य सर्वमान्य असे. सार्वजनिक सभांचे नेतृत्व त्यांच्याचकडे असे. एकजण लिहितात, ''शास्त्रीलोकांच्या आणि नवीन विद्वान लोकांच्या मनात त्यांना अध्वर्यूपणाचा मान मिळे. त्यात ते प्रमुख कार्यभाग उचलीत नि तसे करण्यात ते योग्य होते. इंग्रजीत त्यांची भाषणे अस्खलित, उत्तम नि चटकदार होत. संस्कृतातही चांगले भाषण करण्याची शक्ती त्यांस आहे, असे सर्वांच्या प्रत्ययास येई.''

बाळशास्त्रींची 'जस्टिस ऑफ दी पीस' म्हणून नेमणूक.

एतद्देशीय विद्वान नि लोकमान्य सार्वजनिक नेता अशी बाळशास्त्रींची कीर्ती पसरल्यामुळे प्रत्येक महत्त्वाच्या प्रश्नावर इंग्रजी शासन त्यांचे मत अधिकृत मानीत असे. म्हणूनच १८४० मध्ये 'जस्टिस ऑफ दी पीस' म्हणून त्यांचा गौरव करण्यात आला. पूर्वी १८३४ मध्ये १३ महाजनांपैकी दोनच हिंदू होते. १८४०- मध्ये केवळ १० महाजन नियुक्त करण्यात आलेले होते त्यांत तीनच हिंदू होते. पूर्वी जगन्नाश शंकरशेट नि धाकजी दादाजी नि आता बाळ गंगाधरशास्त्री जांभेकर, विनायकराव गंगाधरशास्त्री पटवर्धन नि मनमोहनदास देविदास हे ते गृहस्थ होत. वास्तविक हे महाजन त्या त्या जातीतील श्रेष्ठ, श्रीमंत, ज्येष्ठ नागरिक असत. बाळशास्त्री हेच केवळ मध्यम वर्गातील अग्रगण्य विद्वान केवळ अठ्ठाविसाव्या

वर्षी ह्या बहुमानास पात्र गणले गेले. दादोबा पांडुरंग आपल्या आत्मचरित्रात लिहितात, ''आता बाळशास्त्री ह्यांची मुंबईत बडे लोकांत व मानकरी लोकांत गणना झाली.... आणि त्यांचा मुंबईत सरकारदरबारी व इतर ठिकाणी फार मोठा मान होता.''

थोडक्यात, त्या काळी हा बहुमान अत्यंत दुर्मीळच होता. 'जस्टिस ऑफ दि पीस'ला सुप्रीम (हाय) कोर्टाच्या - सर्वोच्च (उच्च) न्यायालयाच्या कामकाजात नियुक्त केलेल्या 'ग्रॅंड ज्यूरी' मध्ये बसण्याचा अधिकार प्राप्त होत असे, आणि त्या नात्यानेही बाळशास्त्रींनीही जे प्रशंसनीय कार्य केले त्यांचा अत्यंत हार्दिक नि गौरवास्पद उल्लेख त्या न्यायालयाचे न्यायमूर्ती सर अस्किन पेरी यांनी बाळशास्त्रींच्या निधनानंतर भर न्यायालयात केलेला आढळतो.

विख्यात आचार्य नि तरुण पिढीचे जनक

अतिशय गहन विद्वत्ता आणि शिकविण्याची विलक्षण हातोटी हा दुर्मीळ संयोग त्यांच्या ठिकाणी झाला होता. कविकुलगुरू कालिदास म्हणतात ना, ''ज्याची विद्वत्ता दांडगी आहे त्याला शिकविता येत नाही नि ज्याला उत्तम शिकविता येते तो सखोल पंडित असेलच असे नाही.''

त्या काळचे एक विद्वान लिहितात की, 'बाळशास्त्रींना संस्कृत नि इंग्रजी या भाषांचे इतके उत्तम ज्ञान होते की, ते पाहून सर्वांस अचंबा वाटल्यावाचून राहात नसे. या भाषांतील विख्यात नि सर्वमान्य ग्रंथकारांच्या कृतींशी त्यांचा चांगला परिचय होता. ह्याव्यतिरिक्त लॅटिन, ग्रीक, फ्रेंच, बंगाली, गुजराती, हिंदुस्थानी, कन्नड, तेलुगू आणि फारसी या भाषांचेही त्यांना बरेच चांगले ज्ञान होते. गणितशास्त्र आणि ज्योतिषशास्त्र यांत त्यांची पारंगतता अप्रतिम होती. रसायनशास्त्र, भूगर्भशास्त्र, पाशवी विद्या, वनस्पतिशास्त्र, नीतिशास्त्र, इतिहास, मानसशास्त्र नि न्यायशास्त्र या विषयांचीही त्यांस चांगली माहिती होती. ज्याप्रमाणे ते अत्युत्तम शास्त्रवेत्ते होते, त्याप्रमाणे ते उत्तम भाषाभिज्ञही होते. जशी त्यांची बुद्धिमत्ता तशी सहृदयताही अप्रतिम होती. त्यांच्या तोडीचा अन्य पुरुष क्वचित सापडेल.'

त्यांचे पहिले चरित्रकार श्रीमान देव, त्यांच्या अत्युत्तम शिकविण्याविषयी म्हणतात, 'विद्यालयात गणित विषयाचे अध्यापकत्व होते म्हणून तोच विषय शास्त्रीबावांस उत्तम रीतीने शिकविता येत होता असे नाही. कोणताही विषय शिकविण्याचा प्रसंग आला तरी त्यांनी मागे म्हणून कधी घेतले नाही. उलट, हरएक विषय सुगम करून विद्यार्थ्यांच्या मनात उतरवून देण्याची अपूर्व हातोटी पाहून त्यांची जिकडेतिकडे मोठी वाहवा झाली. शिकविण्याच्या कामी त्यांचा

कोणीही हात धरणार नाही, असे सर्वतोमुखी झाले. ही त्यांची कीर्ती पुष्कळांनी त्यांच्या नामांकित शिष्यवर्गाच्या तोंडून ऐकली असेल व रावबहादूर नाना मोरोजीसारख्यांकडून अद्यापही ऐकण्याचे प्रसंग येतात.'

'टाइम्स ऑफ इंडिया'च्या मृत्युलेखात नि 'बोर्ड ऑफ एज्युकेशन' च्या वार्षिक इतिवृत्तात बाळशास्त्रींची अपूर्व प्रशंसा केलेली आढळते.

बाळशास्त्री जसे अध्यापनात कुशल होते तद्वतच त्यांचे निष्कलंक चारित्र्य, ऋजुता (सरलता), अनुशासन नि विद्यार्थ्यांविषयी अपार कळकळ यांचाही विद्यार्थ्यांवर उत्तम प्रभाव पडत असे. हे सारे गुण म्हणजे व्यक्तीचे अत्युत्तम अलंकारच होत.

सर्वांत उल्लेखनीय गोष्ट म्हणजे सत्तर वर्षांच्या प्रदीर्घ कालावधीनंतरही भारताचे भीष्मपितामह डॉ. दादाभाई नौरोजी हे वेसावे (मुंबई) येथून २२ मे १९०९ या दिवशी लिहिलेल्या पत्रात लिहितात -

"आपले गुरू म्हणूनच काय तो मी त्यांस ओळखतो; आणि खरोखरच ते अतिशय बुद्धिमान, चतुर, सालस नि सुझ गुरू होते. आपल्या शिष्यांवर त्यांचे प्रेम असून त्यांच्याविषयी त्यांना कळकळ होती. आम्हांला त्यांच्या अष्टपैलू विद्वत्तेइतकाच त्यांच्या एकंदर चारित्र्यासंबंधी थोर आदर व कौतुक वाटे. व्यक्तिशः माझ्यावर त्यांचा विशेष लोभ असे आणि ते माझी नेहमी फार काळजी घेत. माझ्या आयुष्यातील एका महत्त्वाच्या घटनेचे श्रेय त्यांस असून त्याविषयी मी त्यांचा सदैव ऋणी आहे. माझ्याविषयी वाटत असलेल्या कळकळीमुळे नि मजसंबंधीच्या त्यांच्या अनुकूल मतामुळे मला शाळेतून महाविद्यालयात वाजवीपेक्षा लवकर घालण्यात आले, त्यांच्या अकाली निधनाने त्यांच्या छात्रवर्गास अत्यंत दुःख झाले, आणि त्यामुळे केवळ आपल्या संस्थेचीच नव्हे, तर सर्व देशाची मोठी हानी झाली.'' बाळशास्त्रींचे चरित्रकार श्री. गणेश गंगाधर जांभेकर म्हणतात की, "डॉ. दादाभाईंचा हा अभिप्राय नि आदर म्हणजे बाळशास्त्रांच्या हाताखाली शिकलेल्या सर्व तरुण पिढीचा अभिप्राय नि आदर होता, यात शंका नाही.''

सखोल पांडित्य नि यशस्वी अध्यापकत्व ही त्यांची महान वैशिष्ट्ये. नाना विषयांत त्यांची गती चाले. ते ते विषय सुगम करण्याची त्यांची हातोटी होती. विमल चारित्र्य आणि सरलता, शिस्त आणि कळकळ यांचा चिरंतन ठसा उमटत असे. दादाभाई नवरोजी यांचे त्यांच्याविषयीचे मत किंबहुना एकोणिसाव्या शतकाच्या तृतीय पाठात शिक्षण, वाङ्मय, शास्त्रज्ञान, भारतीय पुराणेतिहास संशोधन नि सार्वजनिक कार्य ह्या विविध क्षेत्रांतून केवळ मुंबईतच नव्हे तर महाराष्ट्र, गुजरात आणि कर्नाटक ह्या प्रांतांत ज्यांनी नावलौकिक मिळविला, त्यापैकी बहुतेकांवर

त्यांच्या अध्यापनाचा आणि आदर्शांचा परिणाम झालेला दिसतो, ही गोष्ट खचित सामान्य नव्हे, अशांमध्ये पुढील नावे विशेष स्मरणीय होतं.

रा. ब. दादोबा पांडुरंग (शिक्षणतज्ज्ञ, ग्रंथकार, समाजसुधारक, धर्मसुधारक), भाऊ महाजन (लेखक आणि संपादक प्रभाकर, धूमकेतू नि ज्ञानदर्शन), गोविंद नारायण माडगावकर (शिक्षक नि ग्रंथकार), नौरोजी फर्दूनजी, जे. पी., सी. आय. ई. (आद्य गुजराती मासिक विद्यासागर याचे संपादक, समाजसुधारक आणि राजकीय कार्यकर्ते) रा. सा. भोगीलाल प्राणवल्लभ दास (गुजरातचे सुधारक नि. राजकीय कार्यकर्ते), नारायण दीनानाथजी, जे. पी., (उच्च न्यायालयातील दुभाष, भाषान्तरकार नि सार्वजनिक कार्यकर्ते), रा. ब. विनायक वासुदेवजी (सरकारी ओरिएंटल ट्रान्स्लेटर), रघुनाथ नारायण खोटे, जे. पी., सी. आय. ई (म्युनिसिपल नि सार्वजनिक कार्यकर्ते), रा. ब. नाना मोरोजी (प्रेसिडेन्सी मॅजिस्ट्रेट आणि इंदूर संस्थानचे दिवाण), डॉ. भाऊ दाजी, जे. पी. (श्रेष्ठ डॉक्टर (भिषग्वर्य) आणि पुराणेतिहाससंशोधक नि सार्वजनिक पुढारी), रा. ब. राम बाळकृष्णाजी (असिस्टंट कस्टम्स कमिशनर नि समाजसुधारक) रा. ब. प्रा. केरो लक्ष्मण छत्रे (शिक्षणतज्ज्ञ, गणिती नि खगोलज्ञ) आणि दादाभाई नवरोजी (शिक्षणतज्ज्ञ, समाजसुधारक, वृत्तपत्रकार आणि भारतीय राष्ट्रीय सभेचे सुप्रसिद्ध नेते.)

बाळशास्त्रींमुळे केवळ तरुण पिढीच भारावून गेली होती, असे नव्हे तर मुंबईतील हिंदू, पारशी नि मुसलमान समाजधुरीणांनाही त्यांच्याविषयी आदर वाटत होता नि छोट्यांप्रमाणेच मोठे लोकही त्यांचा सल्ला, मार्गदर्शन घेण्यात धन्यता मानीत असत, त्यांच्याहून वयाने नि अनुभवाने बरीच मोठी अशी मंडळीही नानाविध सार्वजनिक गोष्टींत संतोषाने त्यांचे मार्गदर्शन पत्करीत उदाहरणार्थ, फ्रामजी कावसजी जे. पी., महमद इब्राहिम मकबा जे. पी., जगन्नाथ शंकरशेठ जे. पी., बाबाजी दिवाणजी बिवलकर, मोरभट दांडेकर (संपादक उपदेशचंद्रिका), गंगाधरशास्त्री फडके (मराठी कोशकार नि व्याकरणकार), पंडित मोरशास्त्री साठे (मुख्याध्यापक, संस्कृत पाठशाळा पुणे), रामचंद्रशास्त्री जानवेकर (मराठी कोशकार, व्याकरणकार नि आद्य मराठी शाळा तपासनीस), रणछोडदास गिरधरभाई (आद्य गुजराती शाळातपासनीस आणि शैक्षणिक नि साहित्यिक कार्यकर्ते), दुर्गराम मंचाराम मेहेताजी (शिक्षक नि आद्य गुजराती समाजसुधारक) आणि कृष्णाजी बाळाजी गाडगीळ (आद्य कन्नड शाळा तपासनीस)

कोकणात काही शोध घेण्याकरिता फिरतीवर असता बाळशास्त्रींना सन्निपातज्वराने पछाडले. मंगळवारी १२ मे १८४६ ते मुंबईस परत आले प्रकृती अतिशय

चिंताजनक झाली होती. तो विकार बळावून त्याच दुखण्यामुळे हळूहळू क्षीणता येत रविवारी १७ मे १९२६ तिसऱ्या प्रहरी त्यांचे प्राणोत्क्रमण झाले.

आदल्या दिवशीच्या बाँबे कुरियरमध्ये वार्ता आली होती की बाळ गंगाधर यांच्यावर सर्व परिचित मंडळींचा फार लोभ असून, शेवटच्या दिवसात त्यांच्या वाढत्या नावलौकिकाकडे कौतुकाने पाहणाऱ्या अनेक देशविदेशी सुहृदांनी त्यांची सतत शुश्रूषा केली.

श्री. केशवराव भवाळकर म्हणतात, ''गतवर्षीच चालू झालेल्या ग्रँट मेडिकल कॉलेजचे पहिले प्रिन्सिपल डॉ. मूरहेड आणि मुंबईतील इतर नामांकित डॉक्टर यांनी त्यांचे बहुमोल प्राण वाचविण्याची पराकाष्ठा केली. परंतु त्याचा काही एक उपयोग झाला नाही. सुप्रीम कोर्टाचे न्यायमूर्ती नि बोर्ड ऑफ एज्युकेशनचे सन्मान्य अध्यक्ष सर आर्किन पेरी यांचे तर बाळशास्त्र्यांवर अतिशय प्रेम. त्यांनी लागलीच शास्त्रीबावांच्या पश्चात त्यांच्या तरुण पत्नीला निवृत्तिवेतन मान्य केले.

त्यांच्या वर्ष-दीड वर्षाच्या बालकाला तो वयात येईतो प्रतिमास २५ रुपयांची विशेष बैठी नेमणूक आणि निवृत्तिवेतन (स्पेशल पेन्शन) करून देण्याविषयी मुंबई शासनाकडे अतिशय आग्रहाची शिफारस केली नि ती इंग्लंडमधील बोर्ड ऑफ डायरेक्टर्सकडून मान्यही होऊन आली. बाळशास्त्रींचे निधन हा साऱ्या पश्चिम भारतालाच धक्का होता.

बाळशास्त्रींच्या अकाली नि आकस्मिक मृत्यूने केवळ त्यांच्या कुटुंबीयांनाच नव्हे तर मुंबईतील आणि पश्चिम भारतातील लोकांना किती मोठा धक्का बसला, हे ध्यानात येते. खरोखरच ती एक थोर राष्ट्रीय आपत्ती गणली गेली. एका श्रेष्ठ भारतीयाला जग अंतरले, कवी भर्तृहरी म्हणतो त्याप्रमाणे-

सृजति तावद् अशेषगुणाकरं पुरुषरत्नम् अलंकरणं भुवः।
तदपि तत्क्षणभंगि करोति चेदहह कष्टमपण्डितता विधेः।।

जें पात्र कीं पुरुषरत्न महागुणांचें। तें निर्मितो विधि विभूषण भूमिकेचें।
कीं त्यासही त्वरित मृत्युमुखांत लोटी। त्याची गमे मज अपंडितता करंटी।।

(वामन पंडित)

दी बाँबे कूरियर म्हणते ''एल्फिन्स्टन इन्स्टिट्यूट''मधील असिस्टंट प्रोफेसर श्री. बाळ गंगाधर शास्त्री, जे. पी. यांच्या मृत्यूची वार्ता प्रकट करण्यास आम्हाला पराकाष्ठेचे दुःख होत आहे, हे परलोकवासी सद्गृहस्थ बुद्धिमत्तेत कोणाही अन्य भारतीयास हार जाणारे नव्हते आणि ही बुद्धिमत्ता त्यांनी अभ्यासाने अतिशय कमावलेली होती, त्यांची विद्वत्ता जितकी व्यापक तितकीच सखोल असून त्यांचा

अकाली मृत्यू हा ज्या एतद्देशीय लोकांचे ते एक मानचिन्ह व भूषण होते. त्यासच केवळ नव्हे, तर त्यांच्या परिचयाचा लाभ घडलेल्या अथवा त्यांची योग्यता जाणणाऱ्या प्रत्येक युरोपियन गृहस्थालाही जाणवेल आणि दुःख होईल (१९ मे १८४६)

केशवराव भवाळकर नावाचे बाळशास्त्रींचे एक शिष्य होते. त्यांनी आपल्या चरित्रात बाळशास्त्रींनी शिक्षकांना केलेला उपदेश नमूद करून ठेवला आहे तो असा-

पूर्वकाळचे महाप्रबुद्ध ऋषिजन हे अरण्यवास पत्करून विद्यासंपन्न होत आणि विद्यादान करीत. त्यांनी आपल्या देशात अपूर्व ज्ञानभंडारे भरून ठेवली आहेत. ती इतकी तुडुंब आणि ओतप्रोत आहेत की ती नुसती चाळायला संबंध जन्म पुरावयाचा नाही. त्याच ऋषींचे आपण वंशज म्हणवतो. मग विद्यार्थ्यास अन विद्यादान करण्याची आपणास लाज का वाटावी? विद्या शिकून तुम्हाला कारकून किंवा अंमलदार व्हावेसे वाटते. शिक्षकाचा व्यवसाय लोक हलका मानतात, पण तसे नाही, प्रजा मूढ आहे. म्हणून सरकारी नोकरांचे महत्त्व. विद्याप्रसार जसजसा होत जाईल, तसतसे सरकारी नोकरांचे ढोंगसोंग अन् थाटमाट नाहीसा होईल. प्रजा शहाणी आणि समजूतदार झाली म्हणजे कारकुनीला कोण विचारतो? म्हणून विद्याभिलाषी व्हा. विद्याभ्यास करा. लोकांना सुशिक्षण घ्या. सरकार व प्रजा, धनी व चाकर आईबाप व पुत्र ह्यांच्यामध्ये प्रेमभाव निर्माण व्हावा, स्वदेशाभिमान आणि स्वधर्माभिमान लोकांच्या मनात उपजावा, असा प्रयत्न करा. हेच आपले ऋषिवंशजांचे कर्तव्य. गुरू दसपट ज्ञानी असेल, तर तो एकपट ज्ञान शिष्यास देऊ शकेल. शंभरपट ज्ञानी असेल तर तो शिष्यास दसपट ज्ञान देईल. म्हणून जास्तीत जास्त विद्यासंपन्न व्हा.''

सर्वसाधारण स्वरूप नि स्वभावविशेष

त्या काळी छायाचित्रकला नव्हती नि बाळशास्त्रींचाही स्वभाव मुळातच शालीन नि प्रसिद्धिपराङ्मुख होता. त्यामुळे त्यांचे चित्र वा तसबीर उपलब्ध नाही.

समकालीनांच्या वर्णनावरून कळते की ते काहीसे ठेंगणे नि रंगाने काळेसावळे होते. त्यांचे सर्व अवयव जसे असावे तसे होते. चेहरा इभ्रतदार, डोळे विशाल नि तेजस्वी होते. प्रकृती निकोप नि चपळ होती. ते मोठे उद्योगी नि सदाप्रसन्न असत. हा प्रसन्नता गुण फार मोलाचा आहे. संत श्रीतुकोबाराय म्हणतात ना,

'मन करा रे प्रसन्न।
सर्व सिद्धींचे कारण ।'

बुद्धिमत्ता नि नीतिमत्ता यांचे तेज त्यांच्या चर्येवर विलसत असेल, तर त्यात काहीच आश्चर्य नव्हते. ते अल्पवयी असूनही त्यांची चाल प्रौढपणाची वाटे.

त्यावेळी वेषभूषा थाटाची करण्याची प्रथा होती. पण शास्त्रीबुवांचा वेष त्यांच्या अधिकारानुरूप किमतीचा असला तरी भारी नव्हता. ते साधी सोन्याची अंगठीही घालीत नसत. नागपुरी रेशीमकाठी धोतरजोडा, शुभ्र बाराबंदी वा कधी फ्लॅनेलची (सुती) बंडी, पुणेशाही पांढरा अंगरखा, त्यावर रेशीमकाठी उपरणे वा लाखी रंगाची शालजोडी, भाळी उभे पांढरे गंध नि मध्ये लाल अक्षत वा टिका, पुण्याला पुणेरी लाल पागोटे; नि पायात चर्मी दक्षिणी जोडा असा त्यांचा वेष असे.

स्वत: ते पूर्ण शाकाहारी होते पण म्हणून मोठमोठ्या युरोपीय अधिकाऱ्यांमध्ये वावरण्यास त्यांना कोठे अडचण आली नाही वा त्यांना न्यूनगंड वाटला नाही. उलट अनेक युरोपीय हे त्यांचे चाहते नि मित्र असत.

साधी राहणी-उच्च विचारसरणी, अत्यंत शुद्ध असे सदाचरण, सौजन्य नि मनाची उदारता ह्या गुणांमुळे ते सर्वप्रिय होते. त्यांना गर्वही कधी शिवला नाही. त्यांच्या मनात कधीच श्रीमंत-गरीब, लहान-मोठा वा शिक्षित-अशिक्षित असा भेद नसे.

सर्वांनाच त्यांच्याकडे मुक्तद्वार असे. अडी-अडचणीतील कोणालाही ते विन्मुख पाठवीत नसत. गरीब विद्यार्थ्यांची अन्नवस्त्रादी सोय ते करीत असत. त्यामुळेच शंकरशास्त्री जोशी, डॉ. अनंत चंद्रोबा, प्रा. बाळाजी बापूजी साने असे अनेक विद्यार्थी नावारूपास चढले. गुणी माणसांचे ते फार चाहते होते.

रवळोबा कामत नामक एका कल्पक गृहस्थाला त्यांनी आगगाडीचा शोध लावण्यासाठी २०० रुपये दिले होते. बाळशास्त्रींचे वेतन त्यावेळी ३०० रुपये होते. म्हणजे मोठाच त्याग.

बाळशास्त्रींचे (सांसारिक) कौटुम्बिक जीवन

बाळशास्त्रींचा गृहस्थी संसार प्रेमळ नि अत्यंत उदार वृत्तीचा असे. त्यांचा प्रपंच मोजकाच होता. त्यांना पंढरीनाथ नामक पुत्र झाला होता पण दुर्दैवाने तो पाच-सहा वर्षांचा असतानाच गेला. दुसऱ्या पत्नींपासून त्यांना १८४५ मध्ये द्वितीय पुत्र झाला. बाळशास्त्रींचा स्वभाव अत्यंत अतिथ्यशील त्यामुळे घर नातेवाइकांनी भरलेले. घरी आपली नि इतरांचीही मुले शिकावयास असत. त्यांचे आपल्या भावा-बहिणींवरही अतिशय प्रेम असे. वडील भाऊ नारायणशास्त्री नि बहीण अल्पवयात निवर्तले तेव्हा त्यांच्या मुलांचेही पालनपोषण ते करीत. वडील

गंगाधरशास्त्रीही उदार वृत्तीचे होते, त्यामुळे कोकणातील मंडळींचा अभ्यागत, अतिथी, पै-पाहुणा, वैदिक, शास्त्री, पुराणिक, हरिदास यांचा योग्य तो सत्कार करण्यास ते कधी चुकत नसत. प्रत्येक लोकोपयोगी कार्यातही ते स्वतःचा वाटा उचलीत असत. पण या अतिशय उदार वृत्तीमुळे त्यांचे वेतन मोठे असूनही मृत्युसमयी त्यांची स्थिती गरिबीचीच होती. पत्नींना त्यांनी मौल्यवान अलंकारही केलेले नव्हते. कोळभाटात एक राहते घर बांधले होते तेवढेच! श्रीपत शेषाद्री परळीकरच्या शुद्धिप्रकरणी तर बराच व्यय झाल्यामुळे त्यांना ऋणही झालेले होते.

ते अत्यंत उद्योगी होते नि त्यांचा दिनक्रम आखीव-रेखीव असे. एकही क्षण कधी वाया गेला नाही. त्यांचा कामाचा उरक दांडगा होता. पहाटे चार ते रात्रौ दहा-अकरापर्यंत ते सतत कार्यमग्न असत. वाचन-मनन, लेखन-अध्यापन, शासकीय नि सार्वजनिक कार्यें यांत ते मग्न असत. यांत विश्रांतीला कुठे वावच नसे. त्यांचा आहार साधा नि नियमित असे. त्यांना कसलेही व्यसन नव्हते, साधे सुपारीचेही नव्हते. ते नियमितपणे सूर्यनमस्कार घालीत असत. ते नियमितपणे संध्यावंदन करीत असत. तात्त्विक नि धार्मिक ग्रंथावलोकनाव्यतिरिक्त प्रतिदिन रात्री एक-दोन घटका ते संगीत-भजनही करीत असत.

थोडक्यात, श्रीमद् भगवद्गीतेच्या १६ व्या अध्यायातील दैवी संपत्तीची पुष्कळशी लक्षणे त्यांना लागू पडत होती.

आता 'दर्पण' मधील वैविध्यपूर्ण वार्ता

काही परभू बानकोटास मौजेकरितां आगीची नांव करून गेले त्याविषयी

आम्हांस बातमी लागली की, कांही वीस आसामी परभू एकत्र मिळोन बानकोटास मौजेकरितां गेले होते, तेथे जावयाकरिता त्यांनी ''इंडस्'' नामे आगीची नांव भाड्यानें केली, तिचा नोर १२० रूपये पडला, तो त्याणी आपल्यामध्यें टीप करून दिला; दर आसामीचे हिशास साहा रुपये आले. आम्हांस हे पाहून आनंद झाला की, आमचे लोकांतून कांहींकांनी अशी बुद्धी दाखविली की, ती सर्वांस प्राप्त झाली असतां कांही चांगले होईल. या प्रमाणें इतरांनी मौजेकरितां जावें असें कांहीं सांगत नाहीं. परंतु नव्या नव्या ज्या वस्तु होतात त्यांची किंमत व उपयोग जाणणें यावरून या देशांत कलाकौशल्याचा व विशेषें करून वाफ यंत्रांचा प्रवेश होण्यास जी उमेद होते तशी करावी असें सांगतो..... तरूण मनुष्यांची बुद्धि पाहून आम्हांस आश्चर्य वाटतां राहत नाहीं, आणि त्याणी सफर केल्यावरून वाफ यंत्राने झाजे चालविणे यापासून जे (स्वार्थ होतात) ते आमचे लोकांस अधिक माहीत होतील असे काही इच्छितो.

हे परभू शिवरात्रीची संधी पाहून येथून शनिवारी जावयास निघाले ते सोमवारीं सकाळ्ळी आपले कामावर जावयाचें वेळीं मुंबईत येऊन पोहचले.

(दर्पण दि. १४ मार्च १८३४)

ढग किंवा फांसिगार

बाळशास्त्री घगवे यांचा मृत्यू

> राज्यकारभारातील कित्येक खात्यांत विश्वासाचे, अबरुचे, आणि जोखिमाचे जागावर या देशचे लोकांस नेमले असता चांगले राजनीतीस योग्य आहे किंवा नाही, या गोष्टीचा विचार एथील सरकार आणि कोर्ट ऑफ डरेक्टर याणी बहुत वेळा केला आहे.... तथापि आजून या देशांतील लोकांतून कोणाची नेमणूक मोठ्या जागेवर झाली नाही.
>
> (दर्पण दि. २ मार्च १८३२)

दिग्दर्शन

दिग्दर्शनमध्ये आलेले लेख, वार्ता, गोष्टी, विविध माहिती आदींचा थोडा नमुना पाहू या -

१) मासिकातील उतारे/माहिती

तपकिरीचे व्यसनाविषयी - जो तपकिरीचा अट्टल व्यसनी आहे, तो सरासरी हिशोब करून पाहिलें असतां प्रति अर्ध घटिकेस एक चिमुट ओढितो. डबी काढण्यास, ती चिमुट घेण्यास, नाक शिंकरण्यास आणि पुसण्यास सुमारें चार पळें लागतात. जर तपकीर घेण्याचा उद्योग दिवसांत चाळीस घटिकापर्यंत होतो असे धरलें, तर प्रति अर्ध घटिकेस चार पळें याप्रमाणें गणित करून पाहिलें असतां दररोज पांच घटिका वीस पळें इतका काळ तपकीर ओढण्याखाली जातो; म्हणजे सुमारे दाहा दिवसांतून एक पूर्ण दिवस फुकट जातो. दर दाहा दिवसांतून एक दिवस म्हटले म्हणजे एक वर्षातून छत्तीस दिवस नुसते तपकिरीचे व्यसनांत जातात.

(पु. २. अं. ८, पृ. २३६-३७)

कृतज्ञता म्हणजे आपणावर जे उपकार करितात, त्यांचे उपकार स्मरून त्यांवर प्रत्युपकार करण्याची इच्छा, ज्यांची वासना चांगली, त्या सर्वांच्या मनांत ही इच्छा साहजिक असती.

कृतज्ञता हा मनुष्याचा धर्म होय. ईश्वराच्या मागून आपल्या आईबापांविषयी कृतज्ञबुद्धि असणें हा मनुष्याचा धर्म होय.

कोणी एक गृहस्थाची बायको मेली त्या वेळेस त्यास एकच मुलगा होता त्यास त्याणे मोठ्या ममतेनें लहानाचा थोर करून विद्या पढविली, आणि प्रौढ झाल्यावर लग्न करून देऊन सर्व द्रव्य त्याचें स्वाधीन केलें. घरांतील वहिवाट कांहीं दिवस सुरळीत चालली. पुढे त्या स्त्रीपुरुषांस एक मुलगें झालें, तेव्हां त्याकडे सर्व लक्ष गुंतल्यामुळें त्यांची बापावरची भक्ति कमी झाली, मग हळूहळू अनादर होऊ लागला. त्यांचेंवरून त्या बिचाऱ्यानें त्रासून घरांतून निघोन जाण्याचा बेत करून मुलास निरोप सांगून पाठविलें. तो ऐकून त्याणें कांहीं खेद न करितां जवळ आपला वडील मुलगा सात वर्षांचा बसला होता, त्यास सांगितलें, "मुला, तुझा आजोबा जातो, त्यास थंडीवाऱ्यासाठी ती घोडचाची झूल नेऊन दे." मुलानें उत्तर केलें, "बाबा, अर्धी त्यास देतों, व अर्धी शिल्लक ठेवितें; ती अइया करितां कीं मी थोर होऊन तुम्हांस जेव्हां घरांतून बाहेर घालवीन, तेव्हां ती तुम्हांस कामास पडेल." हें ऐकून तो गृहस्थ तत्क्षणीं शुद्धीवर आला, आणि त्याणें बापाच्या पाया पडून त्यास ठेवून घेऊन त्याची शेवटपर्यंत सेवा केली.

आईबापानंतर विद्या पढविणारे गुरु यांचे उपकार.

(पु. २, अं. ६, पृ. १६१-१६५)

३. कांचेची कृति

कांच विलायतेंत होती, ती अनेक प्रकारची आहे. त्यांत मुख्य पांच प्रकार आहेत. त्यांची नावें.

१) फ्लिंटग्लास म्हणजे गारेची कांच

२) प्लेटग्लास म्हणजे पत्र्याची किंवा आरश्याची कांच

३) क्रौनग्लास म्हणजे खिडक्यांची उंची कांच.

४) ब्राडग्लास म्हणजे खिडक्यांची हलकी कांच.

५) बाटलग्लास म्हणजे शिश्यांची कांच.

१ गारेची कांच म्हणण्याचे कारण असे आहे, कीं पूर्वीं यांत गरगोट्यांची पूड गालीत असत. आतां यांत पदार्थ पडतात ते येणेप्रमाणें,

स्वच्छ पांढरी रेती	१०० भाग
शेंदूर	६० भाग
साफ केलेला खार	३० भाग

पु. २, अंक ३, पृ. ८३-८६

४. हिंगळाज देवी

सिंधूनदी अथवा करतोया, जीस अटक नदी म्हणतात,... आतां तिकडे जाण्यास कांहीं अडचण नाहीं. हाली तिकहीं बलोची लोकांचाही अंमल कमी झाला आहे म्हणोन आता तिकडे जाण्यास कांहीं अडचण नाहीं आणि दुसरा चमत्कार हा आहे, की तिकडे एक हिंदूंचें प्रसिद्ध देवस्थान आहे, त्या देवींचे नाव हिंगळाजदेवी. तिलाच हिंगळाजमाता, माया अशी ही नावे आहेत, या देवींच्या यात्रेस तिकडील हिंदु बहुत जातात.

रामचंद्र लंकेहून आल्यावर या देवींच्या यात्रेस गेले होते,... या रामाच्या यात्रेवरून वाटेवर तीर्थें बहुत झालीं आहेत, त्या सर्व ठिकाणी यात्रेकरांस जावें लागते. प्रथम कराची जवळ रामबाग आहे. पुढे गोरखतळाव, तुंगभैरव, अशीं स्थानें आहेत.... भवानीची विहीर, हनुमंताची राई आणि लख भुरदही आहेत. या शेवटच्या ठिकाणी सीतेकरितां पाणी उत्पन्न करण्यास्तव लक्ष्मणानें बाण मारिला. पुढें सीतेचे कुवे आहेत, त्या स्थळीं पूजा करावी लगती.

बाळशास्त्रींनी लिहिलेल्या पुस्तकांचा परिचय

१. भूगोल विद्या

मुंबई नामक राजधानींत गणपत कृष्णाजी यांचे छापखान्यांत छापिला, सन १८३६ शके १७५८

हा ग्रंथ मराठी शाळांवर शिकणाऱ्या आठ वर्षांपासून दहा-बारा वर्षांचे मुलांस भूगोलविद्येच्या मूळ तत्त्वांचे ज्ञान व्हावे म्हणून प्रश्नोत्तर रूपाने संक्षेपेंकरून लिहिला आहे.

या ग्रंथात पृथिवीचा आकार आणि तिच्यावरील महाद्वीपें, खंडें, देश, पर्वत, महासागर, उपसागर, नद्या, राजधानीची शहरे, इत्यादिक मुख्यच मुख्य सांगीतली आहेत. त्यांचे मुलांस प्रथम ज्ञान झाले म्हणजे त्यांनी भूगोलविद्येची मोठी पुस्तके पाहिलीं असता त्यांस या विद्येचे संपूर्ण ज्ञान होईल अशी आमची इच्छा आहे. ती परमेश्वराने या ग्रंथास आशीर्वाद देऊन लवकरच सिद्धीस न्यावी. (पृ. ३-४)

प्र. भूगोल विद्या म्हणजे काय?

उत्तर : भूगोल विद्या म्हणजे पृथ्वीचे वर्णन, आणि मुख्यत्वेंकरून तिजवरील देशांचे आणि त्यांच्या अकृत्रिम स्वरूपाचे आणि त्यातील राहाणाऱ्यांचे वर्णन, यास भूगोलविद्या म्हणतात,

प्र. पृथ्वीचा आकार कसा आहे?

उत्तर : पृथ्वीचा आकार गोलरूप आहे तथापि दोहोंबाजूस नारिंगाच्या फळासारखा किंचित् सपाट आहे.

प्र. उत्तर ध्रुव कोणते?

उत्तर : उत्तर ध्रुवापासून २३।। अंशांवर अयनवृत्ताशीं समांतर जें वृत्त तें उत्तर-ध्रुववृत्त; त्यात उत्तरध्रुवरेषाही म्हणतात.

२. नीतिकथा

प्रस्तावना

हा ग्रंथ पूर्वी बंगाली भाषेंत होता, त्याचा प्रथम भाग कांहीं वर्षापूर्वी मुंबईतील शिक्षा मंडळाने छापिला त्यास बोधकथा असे नाम ठेविलें आहे. त्याचा दुसरा भाग सांप्रत महाराष्ट्र भाषेंत भाषांतर करून छापिला आहे. त्याचे नाम नीतिकथा असें ठेविलें आहे. या ग्रंथांत बंगालीपेक्षा किती एक कथा अधिक लिहिल्या आहेत. या ग्रंथापासून मराठी शाळांवर पढणाऱ्या मुलांस नीतिज्ञान व्हावे अशी आमची इच्छा आहे. ती परमेश्वरानें या ग्रंथास आशीर्वाद देऊन लवकर सिद्धीस न्यावी.

३. बालव्याकरण

मुकाम मुंबई येथे आर प्रेरा यांचे छापखान्यांत छापिलें. सन् १८३८ शके १७६०.

शाळांतील लहान मुलांस प्रथम व्याकरणांतील मुख्य विषयांचे सहज ज्ञान व्हावें या बुद्धीने हे बालव्याकरण करून मुलांस नजर केले आहे. साहा सात वर्षांचा मुलांस ही कळावे म्हणून हें सुलभ शब्दांनीं लिहिले आहे.

हा ग्रंथ मुलांस व्याकरणाचा मूळ बीजांचे ज्ञान होण्यास उपयोगी पडूं लागला, हे श्रवण करायाजोगें भाग्य जर या ग्रंथकाराचें असेल तर त्याचा मनोरथ परिपूर्ण होईल. (पृ. ३-५)

४. महाराष्ट्र भाषेचें व्याकरण

प्र. व्याकरण म्हणजे काय?

उत्तर : व्याकरण म्हणजे शुद्ध रीतीनें बोलणें आणि लिहिणें यांची विद्या आहे.

प्र. व्याकरणांत काय सांगितलें आहे?

उत्तर : व्याकरणांत वर्ण आणि शब्द यांचा विचार सांगितला आहे.

प्र. वर्ण किती आहेत?

उत्तर : वर्ण बावन्न आहेत. अ, आ, इ, ई इत्यादि ज्ञ पर्यंत

५. शून्यलब्धिगणित (Differential and Integral Calculus)

(नेमीकोन काटकोन घेऊन स्पर्शरिषेचें समीकरण

य' - य = श्रू क्ष य (क्ष'-क्ष) असें होतें. या)

स्पर्शरेषेच्या समीकरणात य = ० (करून)

क्षर - क्ष = स्पर्शाबाधा = स ∴ स = यर श्रूर यर क्षर

अशया रीतीनें ऊर्ध्वनेमीवर मोजलेली स्पर्शाबाधा सर = क्षर श्रूर क्षर यर (होईल)

मराठी व इंग्रजी परिभाषा

नेमी = Axis

नेमीकोन = Angel between the axes

लक्षक = Coordinates

ध्रुवबिंद = pole

स्पर्शरेषा = tangent

स्प = length of the tangent

स्पर्शलंब = normal

कोटि (को.) = Cosine

बाळशास्त्रींनी निर्मिलेले पारिभाषिक शब्द

शून्यलब्धी

१५० वर्षांपूर्वी जगातील ज्ञानभांडार मराठीत आणण्याचा स्तुत्य उपक्रम करणाऱ्या त्या द्रष्ट्या महापुरुषाचे पुण्यस्मरण...

वेळा प्रकाशक - Coefficient

अशक्य - Imaginary

विपरीत - Alternately positive and negative

विरुप - Opposit

सरूप - Similar

विपर्यास - Change of signs

अनुवृत्ती - Repeated signs

भ्रांती - Doubtful case

संबंधनियामक - Generating function

विक्रीपद - Variable

व्यक्त - Known

परिणती - function

मूलपरिणती - Number of terms

६. ज्ञानेश्वरी

शके १७६७ विश्वावसु नाम संवत्सरे चैत्र वद्य दशमी गुरुवार ते दिवशीं मुकाम मुंबई येथे प्रभाकर छापखान्यांत छापिली.

(टीप : ज्ञानेश्वरीची ही पहिली छापील पोथी रा. बाळशास्त्री जांभेकर ह्यांनीं पाठभेदांवर संपादून प्रसिद्ध केली, ही अपूर्व व अविदित गोष्ट त्यांचे एक नामांकित शिष्य रा. केशव नरसिंह मावळंकर (कोल्हापूरकर श्रीमंत छत्रपतींचे शिक्षक) यांनी त्यांस लिहिलेल्या चैत्र शु. ८ शके १७६७ च्या पत्रांतील पुढील वाक्यावरून कळून येतें : ''आपले टीकेसुद्धां ज्ञानेश्वरीचे पुस्तक छापिलें आहे त्याची प्रत आम्हांस पाठवावी.'')

दर्पणनंतरचा नियतकालिक प्रवास

बाळशास्त्रींचे दर्पण हे वृत्तपत्र म्हणजे मराठी वृत्तपत्रसृष्टीचा आद्यारंभच! दर्पण ही मराठी वृत्तपत्र गंगोत्री आहे. पुढे तिचे विशाल गंगेत रूपान्तर झालेले आहे. बाळशास्त्रींपासून स्फूर्ती घेऊन किंवा त्यांच्या साहाय्याने किंवा स्वतंत्र प्रयत्नानेही अन्य वृत्तपत्रे निघू लागली. त्यांचा आढावा घेऊ या.

१. मुंबई अखबार

संपूर्ण मराठी वृत्तपत्र म्हणून 'मुंबई अखबार' पत्र असे म्हणता येईल. दर्पणनंतर निघालेले हे दुसरे पत्र. दर्पण पत्र ज्या 'युनायटेड सर्व्हिस गॅझेट'मध्ये समाविष्ट करण्याचे घोषित करण्यात आले होते, त्या पत्राच्या चालक मंडळीनेच 'मुंबई अखबार' हे मराठी वृत्तपत्र सुरू केले. पहिला अंक ४ जुलै १८४० ह्या दिवशी निघाला. सूर्याजी कृष्णाजी यांनी तो छापून प्रसिद्ध केला.

(रा. के. लेले)

"दर्पणाचा आरंभ झाल्यापासून एतदेशीय लोकांतून बहुतांश वर्तमानपत्र वाचण्याची गोडी फार लागली आहे व मराठी भाषेंत पत्र असावें व सर्वांस पृथ्वीवर नवलविशेष मजकूर होतो तो सर्व प्रसिद्ध कळावा म्हणून बहुतेकांची इच्छा आहे. याजकरिता 'मुंबई अखबार' या नावाचे एक फक्त मराठी भाषेंत, त्यांत इंग्रजी लिपी नाही असे वर्तमानपत्र दर शनिवारीं छापावे असा सिद्धान्त केलेला आहे. त्यास आजपर्यंत दर्पणास जे आश्रय देत आले त्यांणी व एतदेशीय थोर लोकांनी यथापूर्व कृपा करून सहाय्य व्हावे... या नव्या महाराष्ट्र वर्तमानपत्रात... बहुतेक चमत्कारिक खबरा व कलाकुशलाचे विषय प्रसिद्ध केले जातील व चांगल्या सुरेख अक्षरांत

निर्मळ कागद निघेल. याशिवाय त्यात लोकोपयोगी विषयावर पत्रे व संमते छापितील त्यात कोणाचाच पक्षपात न ठेविता जे वास्तविक असेल तेच लिहिले जाईल व जेणेकरून रयतेचे कल्याण होईल तो मार्ग अवश्यमेव धरण्यास अंतर होणार नाही, त्या पत्रात काही विषय सरकारचे नजरेस आणावे म्हणजे त्यापासून गरीबाचे कल्याण होईल असे दिसून आल्यास ते विषयही इंग्रजी भाषेत करून सदरहू इंग्रजी पत्रात छापून प्रसिद्ध केले जातील...

"ह्या पत्राची किंमत दर तीन महिन्यास ५ रुपये पडतील. आगाऊ दिल्यास ४॥ मात्र द्यावे लागतील.

अखबार पत्रात शासकीय अधिकाऱ्यांच्या नेमणुका, बदल्या, इंग्रजी वृत्तपत्रातील वार्तांची भाषांतरे, हवामान इ. मजकूर आढळतो.

पत्र लिहिणारास उत्तरे, बातम्या, पत्रकर्त्यांच्या सूचना, टीका, वगैरे सर्व सरमिसळ मजकूर एकत्र देण्यात येत असे. एका अंकात 'दिग्दर्शन' मासिकावर अभिप्राय आलेला आहे. एका अंकात कुत्री हरविल्याची जाहिरात आलेली आहे.

५० रुपये बक्षीस

"आंगावर लांब केश आहेत अशी स्कॉटलंड येथील तेरिअर जातीची पेपर नावाची एक लहान कुत्री आहे. तिचा रंग दगडाचे रंगासारखा आहे. ही कुत्री बेंटिक जहाज फुटले त्याजवरून काठावर आली आहे. त्यास या कुत्रीस एडमंड बिबी व कंपनी यांचे हाफिसात, रामपार्ट रोचे आळीत जो आणून देईल त्यास सदरहू बक्षीस मिळेल व त्यास त्याबद्दल जाबसाल विचारणार नाहीत.''

मुंबई अखबार वृत्तपत्र फार काळ चालू शकले नाही.

शेणवी मालकाने पाठविलेले एक वाचकपत्र अखबारकर्त्यांनी छापले नाही. कारण त्या वाचकपत्रात 'पूर्ण चंद्रोदय' म्हणून निघणाऱ्या एका नवीन वृत्तपत्राचा उल्लेख होता. अर्थात हे पत्र अखबारकरांना कसे काय आवडणार ? कारण त्यांना प्रतिस्पर्धी नको होता.

२. प्रभाकर

दर्पण त्यानंतर मुंबई अखबार नि त्यानंतर प्रभाकर वृत्तपत्राचा उल्लेख करू या. ह्या पत्राचे संस्थापक आहेत. गोविंद विठ्ठल कुंटे तथा भाऊ महाजन - त्यांचा काळ आहे १८१५ ते १८९०. त्यांनी विजयादशमी म्हणजे दसऱ्याच्या समुहूर्तावर म्हणजे २४ ऑक्टोबर १८४१ ह्या दिवशी प्रभाकर हे वर्तमानपत्र चालू केले. श्रीपत शेषाद्री शुद्धिप्रकरणात भाऊ महाजन ह्यांनी बाळशास्त्रींना साहाय्य केले होते. बाळशास्त्री नि भाऊ ह्यांचा चांगला परिचय होता. १८६२ मध्ये भाऊ नागपूरला गेले तोवर म्हणजेच सुमारे २१-२२ वर्षे ते स्वत: एकटे वृत्तपत्र चालवीत.

भाऊंची गणना त्या काळच्या विद्वानांमध्ये होत असे. अत्यंत नि:स्पृह नि निर्भीड अशी त्यांची वृत्ती होती. सरकारी नोकरीचा मान्य असा मार्ग त्यांनी अवलंबिला नाही. ही सरकारी गुलामगिरी त्यांना मान्य नव्हती. त्याऐवजी बाळशास्त्रींचा वृत्तपत्रसंपादनाचा आदर्श त्यांनी स्वीकारला.

(रा. के. लेले)

आता त्याबरोबर मुद्रण आणि प्रबोधन हेही व्यवसाय त्यांनी स्वीकारले. काही दिवसांनी स्वत:च्याच मुद्रणालयात वृत्तपत्र छापू लागले. ह्या वृत्तपत्र उपयोगात ते पूर्णपणे बुडून गेले होते. समरस झालेले होते. त्यांनी आपला स्वतंत्र बाणा सदैव जपला. इंग्रजांच्या नवनवीन कल्पना, शोध ह्यापुढे ते कधी भारावून गेले नाहीत किंवा त्यांचे ते टीकाकारही झाले नाहीत. त्यांचा विवेक सदैव जागा असे. ते पूर्णपणे स्वाभिमानी होते नि त्याबाबतीत त्यांनी कधी तडजोड केली नाही. लोकांना ज्ञानी, सशक्त नि स्वाभिमानी बनविण्यासाठीच त्यांनी हा व्यवसाय केला.

श्रीपत शेषाद्री प्रकरणात त्यांच्यावर प्रायश्चित घेण्याचा प्रसंग आला पण ते आपल्या मताशी ठाम राहिले. त्यांनी प्रायश्चित घेतले नाही आणखी एका प्रकरणात त्यांचा ठामपणा नि स्वाभिमान दिसून आला. शालेय पुस्तके निर्माण करणे नि इंग्रजी पुस्तकांची भाषान्तरे करणे या बाबतीत इंग्रज शासनाकडून भाऊंना निमंत्रण आलेले होते. पण ''मराठी भाषा ही आमची भाषा असल्याने मी तयार केलेल्या ग्रंथाची तपासणी विद्याखात्याचे भाषान्तरकार मेजर कँडी ह्यांना करू देणार नाही'' अशी अट त्यांनी घातली. अर्थात ही अट मान्य होणे शक्यच नव्हते.

भाऊंच्या स्वभावात स्वस्थ बसणे ही गोष्टच नव्हती. म्हणून त्यांनी धूमकेतू नामक साप्ताहिक १८५३ मध्ये नि ज्ञानदर्शन नामक मासिक १८५४ मध्ये चालू केले. मराठीतील पहिले मासिक जे दिग्दर्शन त्याचेही चालकत्व भाऊंकडे आलेले

होते.

श्री. वि. कृ. जोशी म्हणतात, सरकारी मानाच्या नोकरीची शक्यता असूनही भाऊ महाराज यांनी केवळ समाजसेवेचे व्रत स्वीकारून सतत २५ वर्षे हा उद्योग केला. स्वार्थत्यागपूर्वक वृत्तपत्र व्यवसाय करण्याची परंपरा आजही चालू आहे. पण चिपळूणकर-टिळक-आगरकरांच्याही अगोदर सुमारे ४०-५० वर्षे भाऊ महाराजांनी ही त्यागाची दीक्षा घेतली होती. त्यांना वंदन असो.

''प्रभाकर'' वृत्तपत्र

दर्पण, मुंबई अखबार यानंतर किमान २०-२२ वर्षे तरी चालू राहिलेले वृत्तपत्र म्हणजे 'प्रभाकर' हे होय.

प्रभाकर पत्र ११ इंच × ९ इंच आकाराचे होते. दोन स्तंभांची (कॉलम्सची) आठ पाने असत. वार्षिक वर्गणी १२ रुपये. शिला छापावर छापले जात असे, पहिल्यांदा गणपत कृष्णाजी ह्यांच्या मुद्रणालयात नि नंतर मात्र स्वत:च्या छापखान्यात छापला जाऊ लागला. दर्पण चालू झाल्यावर नऊ वर्षांनी ते निघाले.

पंचवीस वर्षांच्या आपल्या आयुष्यात प्रभाकर पत्राने आपला स्वतंत्र बाणा कधी सोडला नाही की ते कधी लाचार झाले नाही. निर्भयपणा, ताठ बाणा हे प्रभाकरचे वैशिष्टच. अज्ञानी, रूढिग्रस्त समाजाला पाश्चात्य नवविचारांचे औषध पाजून ज्ञानी स्वाभिमानी सशक्त बनविण्याचे कार्य प्रभाकरने चालू ठेवले.

प्रभाकरमध्ये गुजराती, इंग्रजी भाषातील आणि निरनिराळ्या प्रांतांतील वृत्तपत्रांतील उतारे, वार्ता देण्यात येत असत. वाचकांची पत्रे नि त्यांवरील संपादकांची टिप्पणी, शासकीय अधिकाऱ्यांच्या नेमणुका नि बदल्या, मुंबई बंदरात येणारी जहाजे नि त्यावरील प्रवाशांची नोंद इत्यादी माहिती येत होती. श्री. रा. गो. कानडे म्हणतात, प्रभाकर पत्रात तत्कालीन राजकारणावर, धर्मकारणावर आणि वाङ्मयकारणावर स्वतंत्र संपादकीय लेख आलेले आहेत. त्यांतील काही लेख फारच कडक आहेत. संपादकांनी दाखविलेले मनोधैर्य नि सडेतोड लेखन आजही अभिनंदनीय ठरते खरेच !

फ्रेंच राज्यक्रांती, सातारा प्रकरण अशा काही लेखमालाही येत.

सरदार गोपाळ हरी देशमुख म्हणजेच लोकहितवादी यांची सुप्रसिद्ध 'शतपत्रे' प्रथम प्रभाकर पत्रातच प्रसिद्ध झाली. १९ मार्च १८४८ या दिवशी पहिले पत्र प्रसिद्ध झाले. लोकहितविषयी त्यांची तीव्र तळमळ यामुळेच त्यांनी लोकहितवादी हे नाव घेतले नि ते सार्थ ठरले. अज्ञान, अंधश्रद्धा, पुराणाभिमान, शब्दप्रामाण्य, कर्मठपणा, धर्मविषयी विपरीत कल्पना या हिंदू समाजाच्या अंतर्गत व्याधींचा

विचार करून लोकहितवादींनी खऱ्या धर्माची स्थापना करण्याचा प्रयत्न केला. यात बुद्धिप्रामाण्य, भौतिक विद्यांची उपासना, राष्ट्राभिमान, समता, व्यक्तिस्वातंत्र्य इ. तत्त्वांचा समावेश होतो. जातिभेद, जन्मनिष्ठ उच्चनीचता आणि स्त्री-पुरुषांतील विषमता या गोष्टी नष्ट झाल्या पाहिजेत, स्त्रीला प्रतिष्ठा प्राप्त झाली पाहिजे, सतीची चाल आणि बालविवाह या गोष्टी बंद झाल्या पाहिजे, विधवाविवाहाला मोकळीक मिळायला पाहिजे, स्त्रियांना शिक्षण देऊन त्यांचे अज्ञान दूर केले पाहिजे, अशा प्रकारचे विचार त्यांनी आपल्या शतपत्रांत निर्भयपणे प्रतिपादिलेले आहेत.

प्रभाकर पत्राचे सर्व अंक उपलब्ध नाहीत. उपलब्ध अंकांवरून प्रभाकर पत्राची कल्पना येऊ शकते. २१ नोव्हेंबर नि ५ डिसेंबर १८४१ च्या अंकात सातारा प्रकरण, प्रभाकर पत्र आरंभित केल्याविषयी धन्यवाद देणारे 'एक स्वदेशाभिमानी' यांचे पत्र, दागिन्यांसाठी पळवून ठार केल्याचे वृत्त आणि त्या अनुषंगाने मुलांना न शृंगारण्याचा उपदेश, सरकारी गॅझेटवरून साहेब लोकांच्या नेमणुका, संस्थानिकांचे विद्यांधत्व, कारभाऱ्यांची लूट, खोट्या नि बनावट कागदपत्रांविषयी एका वकिलाला झालेली शिक्षा इ. मजकूर आढळतो.

प्रभाकर पत्राने पाश्चात्त्य विद्येचा स्वीकार केला; पण त्याचबरोबर आपली संस्कृती, भाषा यांविषयी त्यांनी स्वाभिमान प्रकट करून भ्रष्ट झालेल्यांवर त्याने प्रखर टीका केलेली आहे.

प्रभाकर पत्रात भारतीयांच्या अनिष्ट गोष्टींवर टीका केलेली आहे. तद्वतच पाश्चात्त्यांच्या ढोंगीपणावरही कडक टीका आहे.

विष्णुबुवा ब्रह्मचारी यांच्यावर टीका केली तसेच मिशनऱ्यांच्या आक्रमणावरही कोरडे ओढले.

आता नमुना पाहू. सामाजिक विषयांवर तर भाऊ महाजन लिहीतच असत. पण प्रसंगी कंपनी सरकारचा कारभार, राजेरजवाड्यांचे रंगढंग अशा विषयांवर टीका केल्याचे आढळते. हिंदुस्थानच्या लुटीचा नि खंडणीचा सिद्धान्त (ड्रेन थेअरी) हिंदुस्थानचे भीष्मपितामह डॉ. दादाभाई नोरोजी यांनी मांडला पण त्यांच्या पूर्वी भाऊ महाजन यांनी अशाच प्रकारचे विचार निर्भयपणे मांडलेले आहेत.

"हिंदुस्थानातून द्रव्य जाते ते बंद झाल्याशिवाय देशाची बरी गत नाही. इंग्रज लोक येथून द्रव्य नेतात यास प्रमाणे फार आहेत. जर हिंदुस्थानातून रोकड जात नाही, तर दोन अडीच कोट रुपयांचा माल दर

प्रख्यात पत्रकार लेखक श्री. रा. के. लेले म्हणतात की प्रभाकराचा स्वतंत्र बाणा एक प्रकारे टिळक, आगरकरांनी प्रचलित केलेल्या नव्या धडाडीच्या संप्रदायाचा सूचक होता.

वाचकांना आपली मते व्यक्त करण्यास भरपूर वाव दिलेला असे. परंतु सभ्यतेची मर्यादा पाळली जाते वा नाही हे आवर्जून पाहिले जाई.

प्रभाकर पत्राची भाषा थोडी खडबडीत वाटते पण त्या काळातली भाषाच तशी होती. उलट रेव्हरंड बाबा पदमनजी यांनी भाऊ महाजन हे पहिल्या प्रतीचे मराठी लिहिणारे होते असे म्हटलेले आहे. म. म. प्रा. द. वा. पोतदार म्हणतात, विष्णुशास्त्री चिपळोणकरांच्या मालेने... चटक लावली तशीच या काळी महाजनांच्या प्रभाकर आणि धूमकेतू या पत्रांनी... मराठी जाणणारांस लावली.

इंग्रजी सत्तेचे खरे स्वरूप प्रकट करावयासही प्रभाकर मागेपुढे पाहात नसे.

'प्रभाकर'मधील सामाजिक विषयासंबंधी लिहिलेलेच आहे. त्यावेळी पुण्यात एक प्रकरण घडले. पुण्यातील एका चांद्रसेनीय कायस्थ प्रभू विद्यार्थ्याने मेजर कँडीकडे संस्कृत शिकण्याची अनुमती मागितली. पुण्यातील ५ जुलै १८५२ च्या अंकात यावर प्रभाकरने परखड स्फुट लिहिलेले आहे.

भाऊ महाजन ह्यांना स्वभाषेविषयी अतिशय अभिमान होता. त्यांनी एल्फिन्स्टनच्या विद्यार्थ्यांवर टीका केलेली आहे. हे विद्यार्थी मराठी भाषा म्हणजे केवळ आडू लोकांची भाषा असे म्हणतात, या वृत्तीवर टीका केलेली आहे. या लोकांना मराठी म्हणजे केवळ परभाषेप्रमाणे होऊ लागली आहे. सारांश इंग्रजी शाळेतील मुले मराठी भाषेपेक्षा इंग्रजीत अधिक हुशार आहेत, असे म्हटल्यास यथायोग्य होईल. (प्रभाकर १२ डिसेंबर १८४१)

इंग्रजी वर्चस्वामुळे, सत्तेमुळे प्रथम प्रथम लोक दिपून गेलेले होते पण इंग्रजी सत्तेचे खरे स्वरूप काय आहे हे सांगणारी काही वाचकपत्रे प्रभाकरात प्रसिद्ध झालेली आहेत. अशी वाचकपत्रे लिहिणाऱ्या लेखकांच्या आणि संपादकांच्या धैर्याची कमालच म्हटली पाहिजे.

''इंग्रज लोकांची दगाबाजी समजावी आणि आपले हिंदू लोकांचे या बाबे डोळे उघडावे अशा हेतूने तुमच्यासारखे ते विद्वान पुरुष आहेत त्यांही आपले लेखणीस विसावा न घेता हमेशा या गोरे लोकांचा काळेपणा याक्किंचित उघडकीस आणावा असा तुमचा धर्म होय...''

''इंग्रेज लोक यांही हिंदुस्थानवर काय उपकार केले हे पाहू गेलो असता मला एकही आढळत नाही. ते आत्मस्वार्थी लोक परमुलुखातून आलेले मूळचे केवळ बुभुक्षित आणि दरिद्री असे जे लोक हे हिंदुस्थानात पाहिल्याने आले तेव्हा तेथील संपदा व वैभव पाहून सहज चकित जहालेच असतील, तेव्हा प्रथमत: त्यांच्या मनात ती संपदा आपल्या मुलुकात न्यावी याशिवाय दुसरी कल्पनाच आली नसेल!!''

(प्रभाकर, १३ मार्च १८४२)

कधीकधी परिस्थितीतले साम्य बघून आश्चर्य वाटते. मध्ययुगातील मराठी कशी होती, तर शिवशाहीर बाबासाहेब पुरंदरे ह्यांनी म्हटलेले आहे.

''प्रत्यक्ष अमृताशी पैजा जिंकणारी श्री ज्ञानेश्वरमहाराजांची कुलीन भाषा आज सलवार आणि तुमान पेहरून हजरत जिल्हे सुबहानी आदिलशाहाच्या आणि निजामशहाच्या दरबारात अदबीने अर्ज पेश करण्यात मश्गूल झालेली होती.''

आणि आजची स्थिती काय आहे तर-

''माझे फादर- मदर सिक आहेत त्यामुळे माझ्या ब्रदरबरोबर बाँबेला जाऊन हॉस्पिटलमध्ये ॲडमिट करावे लागणार आहे.''

तर सुमारे दीडशे वर्षांपूर्वीही मराठी भाषेच्या उपेक्षेविषयी भाऊ महाजन प्रभाकरच्या ८ मे १८४२ च्या अंकात कोरडे ओढताना म्हणतात की

> "सांप्रत मुंबई येथील हिंदु लोकांची भाषा व स्थिती ही विलक्षण होत चालली आहेत; ती अशी की ते बोलू लागले असता पंचवीस शब्दांमध्ये वीस शब्द इंग्रजी येऊन, मध्ये विभक्ती, अव्यये, सर्वनामे आणि प्रसिद्ध क्रियापदे, इतकी मात्र बहुधा स्वभाषेचे उपयोगात आणतात. तसेच ते नमस्कार करणे अथवा आगत स्वागत विचारणे झाल्यास इंग्रजी शब्दांनी करतात. कोणी स्नेही आला असता इंग्रजाप्रमाणे त्याचा हात धरितात आणि ते देवळात गेले असता टोपी काढतात, त्याप्रमाणे आपण पागोटे काढितात. हा एक दृष्टांत लिहिला.

प्रभाकर वृत्तपत्र सततच लोकप्रियतेच्या शिखरावर होते, हे विशेष. श्री. वि. कृ. जोशी म्हणतात, बेळगावलासुद्धा हे वृत्तपत्र जात असे नि एक मनुष्य त्याचे वाचन करीत असे नि ते ऐकावयास खूप मंडळी जमत असत.

३. धूमकेतू

१८५३ मध्ये भाऊ महाजन ह्यांनी धूमकेतू हे वृत्तपत्र चालू केले. धूमकेतू वर्तमानपत्राची वर्गणी पाच रुपये नि आगाऊ दिल्यास केवळ चार रुपये होती. सर्वसामान्य वाचकाला परवडेल असेच मूल्य भाऊ महाजन ह्यांनी ठेवलेले होते.

धूमकेतूचे धोरण उदार नि समतोल असे. पण समाजातील कुविचार आचारांवर ते परखड टीकाही करीत असत.

पुनर्विवाहाला बंदी असल्यामुळे दोन हिंदू स्त्रिया दुसऱ्या जातीच्या माणसांच्या घरात गेल्या यावर धूमकेतू म्हणतो-

> "अहो हिंदू लोकहो, आता तरी तुम्ही आपले डोळे उघडू पाहा! नाही तर पुढे काय होईल हे समजत नाही." असा इशारा देऊन 'धूमकेतु' म्हणतो, "यासाठी सर्व हिंदू लोकांनी आपल्या धर्मास दोष न लावून घेण्यास पुनर्विवाह चालू करावा. असे केल्याने विधवांवर त्याचे उपकार होतील व त्याचे धर्मातही मोठी सुधारणूक होईल."
>
> (धूमकेतू, जानेवारी १८५४)

विष्णुबुवा ब्रह्मचारी ह्यांच्यावर 'धूमकेतू' पत्रात बरीच टीका प्रसिद्ध होत असे; पण ह्या लेखांना उत्तर म्हणून लिहिलेले विष्णूबुवा ब्रह्मचारी यांचे लेखही धूमकेतू प्रसिद्ध करीत असे, हे विशेष होय.

श्री. रा. गो. कानडे म्हणतात, प्रभाकर पत्राच्या विरुद्ध असलेल्यांनी पाच रूपये वार्षिक वर्गणी असलेली 'वर्तमान दीपिका' चालू केली तेव्हा भाऊ महाजन ह्यांनीही प्रत्युत्तर देण्यासाठी त्याहूनही कमी वर्गणी म्हणजे वार्षिक ४ रु. करून धूमकेतू काढला.

सध्या पत्रालयासंबंधी म्हणजे पोस्टासंबंधी तक्रारी जरा वाढलेल्या आहेत. वेळेवर पत्रे मिळत नाहीत, ही सध्याची प्रमुख तक्रार. दीडशे वर्षापूर्वीही ही तक्रार होती ही आश्चर्याची गोष्ट होय. १२ डिसेंबर १८५६ च्या अंकात म्हटलेले आहे.

"आमच्या समजण्यात आले आहे की, वर्तमानपत्रे जी डाकेतून रवाना होतात ती मामलेदार कचेरीत येऊन फार दिवस पडतात व कामगार लोक ती वाचून नंतर घेणाराकडे रवाना करतात. एवढ्या सूचनेवरून याचा बंदोबस्त न जाहाला तर अशी पत्रे कोणत्या कचेरीत फुटली व कोणाकडे रवाना झाली हे लिहू.''

धूमकेतू आणि प्रभाकर ह्या वर्तमानपत्रांनी लोकांना वाचनाची खूपच चटक लावली.

४. ज्ञानसिंधू

बाळशास्त्री जांभेकरांचे शिक्षक सदाशिव काशिनाथ तथा बापू छत्रे यांचे चिरंजीव वीरेश्वर तथा तात्या छत्रे हे ज्ञानसिंधू पत्राचे संपादक होत. बापूंचे तिघेही विद्यार्थी बाळशास्त्री, भाऊ महाजन नि वीरेश्वर छत्रे हे वृत्तपत्रकार झाले, हा मोठाच योगायोग.

मुंबईत ७ फेब्रुवारी १८४२ ला पहिला अंक बाहेर पडला. १७ × ११ इंच म्हणजे प्रभाकर पत्राच्या जवळजवळ दुप्पट. प्रत्येकी तीन स्तंभ अशी चार पाने असत. वर्गणी मासिक १२ आणे नि प्रत्येकी अंकाचे चार आणे.

ज्ञानसिंधू आणि प्रभाकर यांचे अधूनमधून सैद्धान्तिक खटके उडत असत. श्रीपत शेषाद्री प्रकरणात शुद्धीप्रकरणी ज्ञानसिंधूने बाळशास्त्री जांभेकर यांचाच पाठपुरावा केला होता.

ज्ञानसिंधू आणि प्रभाकर ह्यांनी एकमेकांविषयी उपहासात्मक लिहिलेले आढळते.

ज्ञानसिंधू १८५० च्या सुमारास बंद पडलेले दिसते.

श्री. रा. गो कानडे म्हणतात, इंग्रजी वृत्तपत्रांचे अनुकरण करून मृत्युलेख देताना त्याखाली आणि वर काळ्या जाड रेघा छापण्याची प्रथा प्रथम ज्ञानसिंधू मधूनच चालू झाली असावी असे वाटते.

५. मित्रोदय

मुंबई ही राजधानी होती, इंग्रजांचा निकट संबंध आदींमुळे मराठी वृत्तपत्रसृष्टी प्रथम मुंबईतच बहरली. अजून पुणे मागेच होते.

दर्पणनंतर १२ वर्षांनी म्हणजे १८४४ मध्ये पुण्याहून वृत्तपत्र निघू लागले आणि त्याचा प्रारंभही एका मुंबईकराने म्हणजे वीरेश्वर सदाशिव छत्रे यांनी केला. पुण्यात मराठी साप्ताहिक काढण्याची त्यांची महत्त्वाकांक्षा होती. पुण्यात तोवर वृत्तपत्रही नव्हते नि तशा खटपटीही चालू नव्हत्या. मित्रोदयाचा आकार प्रभाकरासारखाच होता. बुधवार पेठेतील माणकेश्वरांच्या वाड्यात छत्र्यांचे मुद्रणालय होते.

"हे मित्रोदय पत्र लोककल्याणार्थ काढिले आहे. त्यात विषय साहा घेतलेले आहेत. या हिंदू प्रदेशात सांप्रत ज्या गोष्टीचे ज्ञान पाहिजेच ते नसल्यामुळे लोक उतरते पायरीला आले आहेत. आजचे प्रसंगी आमचे लोकांत अवश्य जितकी ज्ञाने पाहिजेत तीच बहुतकरून या पत्रात उप्पादन होतील."

उत्तम वर्तणूक हित होण्याजागी व्हावी म्हणून संसारचातुर्य, नीती आणि देशावरील सांप्रतची वर्तमाने असे तीन विषय प्रहण केले आहेत."

अरुणोदय, ज्ञानबोधक अशी आणखीही काही पत्रे छत्रे यांनी काढली पण त्यात त्यांना तितकेसे यश आलेले दिसत नाही.

मित्रोदय पत्राचे महत्त्व सांगताना श्री. रा. के. लेले सांगतात की "पुण्यातील पहिले मराठी वृत्तपत्र म्हणून सामान्यत: ज्ञानप्रकाश पत्राचा उल्लेख केला जातो, पण हा मान वास्तविक १८४४ सालीच वीरेश्वर छत्रे यांनी काढलेल्या 'मित्रोदय' पत्राकडे जातो. ज्ञानप्रकाश पुढे १८४९ साली निघाला."

६. ज्ञानोदय

हे पत्र मुख्यत: ख्रिस्ती धर्म प्रसाराठी होते. आणि अहमदनगर येथे ते निघाले हे विशेष होय. १८४२ मध्ये चालू झालेले हे पत्र निरनिराळ्या रूपांत दीर्घकाळ

चालू राहिले.

अमेरिकन मराठी मिशनच्या लोकांना वर्तमानपत्र काढण्याची कल्पना सुचली. ख्रिस्ती धर्मावरील टीकेला तोंड देण्यासाठी हे पत्र निघाले, जून १८४२ अहमदनगर. पुढे मुंबईतून नि पुन: अहमदनगराहून अशी त्याची स्थानांतरे होत राहिली. ते कधी मराठीतून तर कधी मराठी इंग्रजी भाषांतून प्रसिद्ध होई.

रेव्ह. हेन्री बॅलंटाईन हे ज्ञानोदयाचे पहिले संपादक, ऑबट, ह्यूम, फेअरबॅंक, शाहू दाजी कुकडे, रेव्ह. तुकाराम नथुजी, रेव्ह. नारायण वामन टिळक, देवदत्त नारायण टिळक, रे. उजगरे, रे. डॉ. भा. पां. हिवाळे आदी काही संपादकांची नामावली.

'ज्ञानोदया'चा मुख्य उद्देश ख्रिस्ती धर्माचा प्रसार करणे हाच असला, तरी इतर अनेक विषयांचा त्या अनुषंगाने व अन्यथाही परामर्श घेतला जाई. बातम्यांनाही त्यात स्थान असे. 'ज्ञानोदया'च्या पहिल्या अंकात पत्राचा उद्देश स्पष्ट करण्यात आला होता तो असा-

"मुंबईस बहुत वर्षापासून वर्तमान पत्रे मराठी भाषेत छापीत आहेत. परंतु त्यांचे घेणारे इकडे बहुत करून थोडकेच आहेत. नगरात जर वर्तमान पत्र छापिले तर एथील आणि दुसऱ्या गावातील बहुत ग्रहस्थ घेतील असे समजून अमेरिकान मिशनारी लोक हा ज्ञानोदय छापू लागले आहेत. यात अनेक प्रकारची वीद्या म्हणजे भूगोल वीद्या ज्योतीष शास्त्र सिद्ध पदार्थ विज्ञान आणि बखर अस्या प्रकरणांच्या गोष्टी आणि या देशाचे व इतर देशाचे वर्त्तमान विशेष करून अहमदनगर संबंधी मजकूर छापावा असा बेत आहे, आणि जर कोणी नगरातील लोकांला कांही मजकूर जाहीर करावयाचा असेल किंवा लोकांचा, धर्म, नीती, चाल वगैरे यांविषयी आपले मत सांगावयाचे असेल तर या वर्त्तमान पत्रावरून सांगण्याची सोय पडेल, परंतु ज्या केवळ अयोग्य गोष्टी त्या पत्र करणारा छापणार नाही. हे पत्र दर महिन्यात एकवार छापले जाईल, एकेक पत्र या साच्याची पृष्ठ सोव्ळ्या असे होईल. एकेक पत्राला दोन आणे किंमत पडेल."

पत्राचे उघड उद्दिष्ट सोज्ज्वळ होते, प्रसिद्ध झालेली माहिती उपयोगी नि प्रबोधन करणारीही दिसते. १८४२ मध्ये आशीखंड म्हणजे आशिया खंडाचा नकाशा छापलेला होता. १८५१ मध्ये युरोपचा नकाशा छापलेला होता. मराठी

वृत्तपत्रांत चित्रे छापण्याचा मान ज्ञानोदयाकडे जातो असे दिसते. अन्यही चित्रे छापलेली आहेत.

ज्ञानोदयाने अनेक विषय हाताळलेले आहेत. नीतिशास्त्र, रोमचा इतिहास, संस्कृत व्याकरण, भूगोल, मद्यपानाचे अनर्थ, बीजगणित, भूमिती, बलून, पूना कॉलेज, मराठी भाषेची योग्यता, रेल्वेच्या प्रारंभाचा इतिहास हे वाचताना गम्मत वाटते. विजेवरची बातमी पोहोचविण्याचे यंत्र म्हणजे टेलिग्राफी १८५२ पासून सुरू झाली हे ज्ञानोदयवरून कळते. १८५७ च्या स्वातंत्र्ययुद्धाचीही माहिती कळते. सर जमशेटजी यांनी घर, जागा, मैदान नि तळे दिल्यामुळे हॉस्पिटल (बाळंतिणींची धर्मशाळा) सुरू झाल्याचेही कळते.

हे सगळे असले तरी स्वधर्मप्रसार नि हिंदू धर्मावरील हल्ले हा या पत्राचा प्रमुख उद्देश दिसतो. 'ख्रिस्ती मताचे समर्थन' या लेखावरून त्या पत्राचा उद्देश सम्यक्‌रीतीने कळतो.

'ज्ञानोदया'च्या 'ख्रिस्ती मतांचे समर्थन' या शीर्षकाखाली जे विचार प्रकट झाले होते त्यावरून त्याचे खरे अंतरंग स्पष्ट होते. त्या लेखात म्हटले होते-

"कोणी दुरभिमानी हिंदू आणि कोणी नास्तिक मत धरणारे मनुष्य मराठी कागद चालवीत होते. त्यांनी केलेल्या ख्रिस्ती धर्माच्या निंदेचा खोटेपणा दाखविण्याकरिता ज्ञानोदय पहिल्याने चालविला."

'ज्ञानोदय संग्रामार्थ उभा' मथळ्याच्या लेखात प्रकट न झालेले पण प्रेरक असलेले उद्दिष्ट उघड झाले ते असे-

"सन १८४५ याच्या प्रारंभी मुंबईचा रेवरेंड ह्यूमसाहेब हा ज्ञानोदयाचा कर्ता झाला... लोकांमध्ये नास्तिक आदी करून जी खोटी मते प्रवृत्त होत होती ती समूळ उपटून टाकावयास त्याने फार प्रयत्न केले."

"लोकांस खरे ज्ञान दाखवावे, खरे काय आणि खोटे काय याचा शोध कसा करावा, हे लोकांस शिकवावे आणि विशेषे करून ख्रिस्ती धर्माची प्रमाणे पुढे आणावी आणि लोकांचे लक्ष त्यांजकडे लागू करून त्या धर्मप्रमाणे चालल्याने किती कल्याण होईल हे दाखवावे,'' हा 'ज्ञानोदया'चा हेतू होता. (ज्ञानोदय, १ जानेवारी १८५६)

श्री. रा. गो. कानडे नि श्री. रा. के. लेले म्हणतात,

'' 'ज्ञानोदया'त प्रथमपासून मराठी भाषेत प्रसिद्ध होणाऱ्या नियतकालिकांचा

व वाङ्मयाचा परामर्श घेतला जात असे. यामुळे आज नामशेष झालेल्या कित्येक वर्तमानपत्रांची नावे व माहिती मिळते. 'ज्ञानोदया'ची ही कामगिरी विशेष उल्लेखनीय''

बालबोध मेवा

ज्ञानोदयाचा एक विशेष उपक्रम म्हणजे ज्ञानोदयाची पुरवणी म्हणून 'मुलांचा भाग' काढण्यास केलेला प्रारंभ होय. १ जानेवारी १८७३ च्या अंकात एतत्संबंधी निवेदन आहे...

> ''ह्या नवीन वर्षी मुलांकरिता एक वर्तमानपत्र छापावे, ते ज्ञानोदयाबरोबर महिन्यातून एकदा 'मुलांचा भाग' (पुरवणी) या नावाने निघत जाईल, व त्यात चित्रे, नाना प्रकारच्या बोधकारक गोष्टी, गायनशास्त्रातील वेचे, आहाणे, कोडी व तरतऱ्हेचे खेळ छापावे, असा हेतू धरत आहे. आणि हा भाग आवडता आणि हितकारक होईल अशी आमची आशा आहे.

अर्थात मुलांना ज्ञान देणे याबरोबरच ख्रिस्ती धर्माचा प्रसार हा हेतू होताच. मुलांचा भाग १८७६ पासून नवीन स्वरूपात प्रसिद्ध होऊ लागला नि तेव्हापासून 'बालबोध मेवा' नावाचे मुलांचे मासिक निघू लागले.

७. सद्धर्मदीपिका

बापू सदाशिव शेट ह्यांचे सद्धर्मदीपिका १८५५ मध्ये चालू झाले. हिंदू धर्माचे मंडन आणि ख्रिस्तीमताचे खंडन हा त्याचा हेतू होता.

या पत्राच्या 'हेतू' लेखाच्या प्रास्ताविकात लिहिलेले होते, श्रावण शुद्ध ११ गुरुवार शके १७७७ (इ. स. १८५५)

> ''हिंदू लोकांस हिंदुधर्मतत्त्व कळावे व ख्रिस्ती धर्मी जे पाद्री यांचे धर्माचा पोकळपणा त्यांच्या ध्यानात आणून द्यावा या हेतूने दर एकादशीचे सुमारास म्हणजे महिन्यातून दोन वेळा हे काढण्याचा उद्देश धारण केला आहे.''

एका प्रकारे 'विचारलहरी' पत्राचे कार्य पुढे चालविण्याच्या उद्देशाने हे पत्र निघाले होते. ('ज्ञानोदय')

विष्णूबाबा ब्रह्मचारी यांचा या पत्राने गौरव केला होता. ''सकल विकल

झाला धर्म हिंदू कुळाचा, ना करिति खल संगे शोध कोणी मुळाचा । निरखुनि मनि
दुःखी सद्गुणग्राहि भारी, म्हणउनि इशरूपे पातले ब्रह्मचारी ॥"

८. जगन्मित्र

(पुण्या-मुंबई बाहेर रत्नागिरी येथील वृत्तपत्र)

साक्षरताप्रसार कमी, वाहतुकीची साधने, रस्ते आदी सुविधा कमी तरीही
रत्नागिरीत वृत्तपत्र निघाले हे अभिमानास्पद, कौतुकास्पद आहे. लोकमान्यांच्या
जन्माच्या अगोदर दोन वर्षे त्यांच्याच रत्नागिरीत १८५४ च्या जून महिन्यात
'जगन्मित्र' निघू लागले. विशेष म्हणजे पुण्या-मुंबईबाहेरचे हेच त्या काळातले
पहिले वृत्तपत्र म्हणता येईल. संपादक जनार्दन हरी आठल्ये हे रावसाहेब विश्वनाथ
नारायण मंडलिक ह्यांचे लहानपणापासूनचे मित्र होत. त्यांचे संस्कृतही अतिशय
चांगले होते. वार्षिक वर्गणी ५ रु. होती. आरंभी १७ वर्गणीदार मिळाले. विशेष
म्हणजे त्यात पुण्यातील मेजर कँडी, कराचीचे फ्रियर (पुढे मुंबईचे गव्हर्नर झाले),
मुंबईचे एलिस हे होते. स्वतःचे मुद्रणालय असल्यामुळे तोटा भरून निघत असे.
जगन्मित्र म्हणजे रत्नागिरी जिल्ह्याचा कोश वा जिल्हानामा किंवा गॅझेट असे
त्याकाळी म्हणत असत.

९. नित्यसारसंग्रह

नारायण मोरोजी ह्यांनी जुलै १८५५ मध्ये प्रारंभित केले. इंग्रजी, गुजराती
नि मराठी भाषातील निवडक वार्तांचे सार देण्यात येत असे. इंग्रज सरकार जी
वृत्तपत्रे घेत असे त्यांत या पत्राचा समावेश होता. ज्ञानसागर आणि नित्यसारसंग्रह
ही दोन वृत्तपत्रे पुढे एकत्र केली असावीत असे दिसते.

१०. ज्ञानप्रसारक आणि ज्ञानसागर तसेच वर्तमानसंग्रह

ही वृत्तपत्रे १८५३ च्या सुमारास कोल्हापुरात चालू झाली.

विश्वनाथ कृष्णनाथ हे वर्तमानसंग्रह पत्र चालवीत असा उल्लेख प्रा. गं. बा.
सरदार नि प्रा. न. र. फाटक ह्यांनी केलेला आहे.

मुंबईचे नाना मोरोजी हे नित्यसारसंग्रह नामक पत्र मुंबईत काढत असत.
कोल्हापुरात वर्तमानसंग्रह काढण्याचा उपक्रम त्यांनीच केला असावा. नाना मोरोजी
ह्यांच्या प्रयत्नामागे कोल्हापुरातील रेसिडेंट कर्नल अँडरसन ह्यांची प्रेरणा असावी.
कोल्हापूर दरबारासाठी त्याने एक मुद्रणालय चालू केले होते. तेव्हा छापखान्याच्या
मोकळ्या राहिलेल्या वेळेत त्याला काही काम घ्यावे म्हणून आणि कोल्हापूर

दरबारच्या कामाची लोकांना माहिती व्हावी म्हणून दरबारच्या मालकीचे एखादे वर्तमानपत्र चालू करावे, अशी कल्पना त्यास सुचली. १८६४ मध्ये हे पत्र चालू झाले.

ज्ञानसागराचाही उल्लेख केला पाहिजे. मंत्री हे त्याचे संपादक. प्रथम मासिक होते पुढे ते साप्ताहिक झाले नि पुढे अनेक वर्षे चालले.

११. परशू

जमखिंडी हे कर्नाटकातील एक प्रमुख मराठी संस्थान. त्या संस्थानात १८५६- मध्ये 'परशू' नामक वृत्तपत्र चालू झाले. संस्थानी प्रदेशातले हे पहिले वृत्तपत्र दिसते. प्रख्यात सेनापती श्रीमंत परशुरामभाऊ पटवर्धन आणि भगवान श्री परशुराम ह्यांच्या नावावरून 'परशू' हे नाव ठेवले होते. त्याचा उल्लेख पुढे येईलच.

श्री परशुरामांनी 'परशू' ह्या शस्त्राने पृथ्वी नि:क्षत्रिय केली तसे ह्या परशू वर्तमानपत्राने लोकांचे अज्ञान, दुर्बुद्धी आणि दुर्व्यसन निर्मूल व्हावे या हेतूने हे नाव ग्रहण केले होते.

'परशू' पत्र जमखिंडी संस्थानाधिपतींच्या प्रेरणेने व मदतीने निघाले. पत्र सुरू करण्यापूर्वी चालकांनी एक निवेदन प्रसिद्ध करून आपला उद्देश स्पष्ट केला होता. सरकारी छापखाना उपलब्ध झाला म्हणून हे पत्र निघाले. निवेदन असे होते.

"श्रीमंत राजश्री आप्पासाहेब यांनी लोकांस विद्या प्राप्त व्हावी अशा उदार अंत:करणाने जमखिंडी येथे विद्यालय स्थापिले. या विद्यालयाचे भाग किती आहेत आणि प्रतिभागापासून जनास उपयोग काय आहे, हे ता. ८ माहे नोव्हेंबर सन १८५५ इसवीच्या सरकारी जाहिरनाम्यात प्रसिद्ध आहेच. आता सदर भागापैकी शिळ्ळा छाप यंत्र हे आमच्या वहिवाटीस घ्यावे अशी विनंती केल्यावरून आम्हांस हा शिळ्ळा छाप आणि त्यातून एक वर्तमानपत्र काढण्याचा अधिकार दिला."

"या वर्तमानपत्रात मुख्यत्वेकरून नीती आणि ज्ञान, कलाकौशल्य ज्यांच्या योगे काही लोक ऐश्वर्य पावले आणि प्रख्यातीस आले असे विषय, देशोदेशींची म्हणजे मुंबई, मद्रास, कलकत्ता, विलायत इत्यादी पृथ्वीवरील राज्यासंबंधी आणि उद्योगसंबंधी वर्तमाने, या दौलतीतील सरकारचे सहीनिशी जाहिराती, कामगारांच्या वर्गवर्गी आणि अदालतीचे निवाडे वगैरे इनसाफाच्या गोष्टी प्रसिद्ध केल्या जातील."

१२. शुभसूचक

सातारा ही एकेकाळची मराठ्यांची राजधानी! तेव्हा उपलब्ध माहितीनुसार १० डिसेंबर १८५८ ह्या दिवशी सातारा जिल्ह्याचे पहिले शुभसूचक हे पत्र निघाले. तत्पूर्वी बोधामृत आणि शुभचिंतक अशी पत्रे होती पण त्यांची काहीही माहिती मिळत नाही.

रामचंद्र आप्पाजी चितळे हे संपादक यादो गोपाळ पेठेत शिळा छापावर ते छापत असत. पत्राच्या नावाभोवती बाण लावलेले धनुष्य दाखवून चितळे ह्यांना शुभसूचकाचा बाणा दाखवावयाचा असावा.

साताऱ्यात १८५७ चा चांगल्यापैकी उठाव झाला होता. त्यानंतर लगेचच हे पत्र निघाले हे विशेष होय.

संपादकांचे मनोगत व्यक्त करणारे पहिल्या अंकातील निवेदन असे होते -

जाहिरात

"सर्व लोकांस कळवावयाकरिता लिहिले जाते की, शहर सातारा येथे यादव गोपाळाचे पेठेत आमचा छापखाना आहे. त्यात आम्ही वर्तमानपत्र काढण्यास आरंभ केला आहे. त्या पत्रात शहर मजकूर येथील व इतर बहुत ठिकाणांतील उपयोगी वर्तमाने कळवीत जाऊ व लोकास हितावह गोष्टी, उपयोगी विद्या, ज्ञानविचार, प्राचीन कालिक गोष्टी, लोकांच्या रीतीभाती, चमत्कारिक पदार्थांचे कथन, इतिहास, भूगोल, हिंदुस्थानचे व मुख्यत्वे करून रक्षण, देशाचे वर्णन आणि प्रसंगोपात सदर दिवाणी व फौजदारी निवाडे इत्यादी विषयांवर लिहिले जाईल."

"ज्ञान आणि विद्या यांचे वृद्धीद्वारा आमचे हित इच्छिणारांनी व जनांचे कल्याण इच्छुकांनी या कामास साह्य क्वावे म्हणून आमची सदरील प्रकारचे श्रेष्ठ जनांस वारंवार प्रार्थना आहे. हे पत्र प्रति शुक्रवारी सिद्ध होईल. याची किंमत प्रतिमासास ५ आणे व दर सालास आगाऊ दिल्यास ३ रुपये आणि मागाहून दिल्यास ४ रुपये ठेवली आहे. ज्या कोणास हे पत्र घेण्याची इच्छा असेल त्याने आपले नाव व वास्तव्य ठिकाण लिहून सदरील छापखान्यात पत्रकर्त्यांचे नावे पाठवावे म्हणजे प्रति आठवड्यास अंक पाठविण्याची तजवीज होईल. हे पत्र गरिबासही घेण्यास स्वस्त पडावे म्हणून याची किंमत फार कमी ठेवली आहे."

तारीख १० डिसेंबर   रामचंद्र आपाजी चितळे

सन १८५८ इसवी   पत्राचे चालक

'शुभसूचक' साप्ताहिक पुढे दीर्घकाळ टिकले व १८९५ पर्यंत तरी सातारा जिल्ह्याचे निर्विवाद प्रातिनिधिक पत्र म्हणून या पत्राला प्रतिष्ठा लाभली.

१३. गोवा संस्थान

वर्षानुवर्षे पोर्तुगीज राजवटीत पिचत राहूनही गोमंतकाचा मराठीशी अतूट संबंध राहिला. घरी कोकणी असली तरी व्यवहाराची नि लेखनाची भाषा मराठीच होती. मराठी भाषेवर प्राणांपलीकडे प्रेम करणाऱ्या गोमंतकाची कमाल आहे. पुरुषोत्तम सदाशिव घाटकार हे गोमंतकातील पहिले संपादक.

गोवा संस्थान हे पत्र १८६२ मध्ये चालू झाले असावे असे प्रा. अ. का. प्रियोळकर ह्यांचे मत श्री. रा. के. लेले ह्यांनी उद्धृत केलेले आहे. या पत्राची सरकारी परिपत्रकातील जाहिरात अशी

गोवा संस्थान

"या संस्थानातील स्वपर राज्यातील फिंर्गी (पोर्तुगीज) व मराठी लोकांच्या भाषेची वर्तमानपत्रे स्वदेशी फिंर्गी व परदेशी मराठी निरंतर येत असोन त्याच्या प्रसित्धिपासून मोठा लाभ असलेचा स्वदेशीय सर्व विभागांत त्याचा अंश मिळत नाही. याचे कारण त्या देशींचे सर्वच लोक मराठी आणि फिंर्गी अशा दोन (भाषा) जाणत नाहीत आणि पत्रे तर मराठी व फिंर्गी या दोन भाषेतच प्रसिद्ध होत असतात...

पेस्तर साल १८६३ चे जानेर (जानेवारी) मासापासून पुढा या देशात मध्यस्थल महर्दल क्षेत्र (म्हादोंल-प्रियोळ) येथे श्री महालक्ष्मी देवीचे मंदिरानिकट शिला छापखाना स्थापिला असोत फिंर्गी व मराठी या दुभाषेचे गोवा संस्थान या नामक वर्तमानपत्र प्रकट करणेचे मानस आहे. ते पत्र दरेक आठवडेस निघत जाईल. या पत्रात स्वपरराज्यातील वर्तमानपत्राचा व कायदेवरून स्विकार्य ते स्नेहिकांचे पत्रांचा सारांश ग्राह्य तो भाष्यांतर करून फिंर्गी व मराठी या दोन भाषेत प्रसिद्ध करण्यात येईल. त्याचे विवरण या संस्थानात गावगन्ना ग्रामाधिपती समोह व्यवस्थेविषयी मुख्यत्वेकरून राजधानीचा(च्या) आज्ञा होतात त्या कामगार जागी प्रसिद्ध करण्याजोगी कृत्ये, सुझ संभाषणे, या सृष्टीतील कथनिय गोष्टी, धर्माचा मूलाधार, या अन्वये सर्व वाचणारे महाराज यास त्या सर्व पत्रांतील अभिप्राय अवगत असोन सत्यशुद्धीने मनोजय क्वावा.

१४. पूर्णचंद्रोदय

सध्याच्या मध्य प्रदेशात ग्वाल्हेर, इंदूर, धार, देवास अशी प्रमुख मराठी संस्थाने होती. त्यामुळे ह्या हिंदी भाषिक प्रदेशातही मराठी वृत्तपत्रे फार पूर्वीपासून निघू लागली असे दिसते. उलट श्रीमान रा. के. लेले म्हणतात त्याप्रमाणे १८४९ ते १९२४ या साधारणत: ७५ वर्षांच्या काळात जेवढी मराठी पत्रे त्या भागात निघाली त्याच्या निम्म्यापेक्षाही कमी हिंदीभाषी वृत्तपत्रांची संख्या होती. एकूणच हिंदी पत्रकारितेस मराठी पत्रकारितेने खूप मोठी प्रेरणा दिली आहे. मराठी - हिंदी - उर्दू तीनही भाषा त्यात असत.

मालवा अखबार (६ मार्च १८४९..) हे हिंदी भाषी प्रदेशातील १ ले मराठी नि एकुणातले दुसरे पत्र होय.

संपूर्ण मराठी साप्ताहिक म्हणून १८६१ मध्ये चालू झालेल्या पूर्णचंद्रोदय ह्याचा अवश्य निर्देश केला पाहिजे. इंदूर हे स्थान. वासुदेव बळ्ळाळ मुळ्ये हे संपादक नि रा. ब. विनायक जनार्दन कीर्तने ह्यांची देखरेख असे. गणेश मार्तंड ह्या पेढीने भांडवल कर्जाऊ म्हणून दिले होते.

१८७९ पर्यंत हे पत्र चालू होते.

१५. वृत्तवैभव

अहमदनगरही आता मागे राहिले नाही. ८ डिसेंबर १८६१, वृत्तवैभव हे पत्र प्रसिद्ध होऊ लागली. प्रत्येक रविवारी ते प्रसिद्ध होत असे. पत्राच्या पहिल्या पृष्ठावर आठवड्याचे पंचांग संपूर्णपणे दिलेले असे. तसेच बाजारभावही देण्यात येत. पूर्वी रत्नागिरीत 'जगन्मित्र' कार्यालयात काम केलेले कोणी खंडेराव बाळाजी नामक गृहस्थ प्रमुख कार्यकर्ते होते. "त्यांची लिहिण्याची शैली व शब्दयोजना वगैरे सुंदर आहे..." अशी माहिती १६ डिसेंबर १८६१ च्या 'ज्ञानोदया'त आढळते.

'वृत्तवैभवा'चे संपादकीय ध्येय घोषित करणारा एक श्लोक अंकात ठळक जागी छापण्यात येत असे तो असा -

---

"बाणा सोडु नको, भिडा धरू नको, लालूच पाहूं नको।
हांजी हांजी नको, खऱ्या भिउं नको, मर्मास भेदूं नको
स्वार्थार्थी जनपक्षपात धरुनी कोणास गांजूं नको
तेणें एडिटरा तुला सुयश वा, लाधूनि लागे टिको।।"
(वि. द. घाटे, दिवस असे होते, मुंबई, १९६१, पृ. ९-११)

या बाण्याने चालणारे हे पत्र प्रगतिपर विचारांचा पुरस्कार करीत असे. १८६२ साली ग्वाल्हेरच्या शिंदे महाराजांनी काही समारंभ करून दानधर्म केला, त्याबद्दलची 'वृत्तवैभवा'ने परखड टीका केली होती - (त्र्यं. शि. भारदे, स्वागताध्यक्ष, मराठी पत्रकार परिषद अधिवेशन, अहमदनगर, १९५१, भाषण, ३१-३-१९५१, पृ. ९-१०) निर्भीड पण विधायक अशी ही टीका पत्राच्या स्वतंत्र बाण्याची निदर्शक आहे. 'शतपत्रे' लिहिणारे लोकहितवादी गोपाळराव हरी देशमुख यांची काही पत्रे 'वृत्तवैभवा'त प्रसिद्ध झाली होती, ही उल्लेखनीय बाब म्हणावी लागेल.

१६. तमांतक

नुकत्याच रेव्ह पार्टीच्या दोन दु:खद, क्लेशदायक नि दुर्दैवी वार्ता येऊन गेल्या. विचारवंतांमध्ये असल्या कुवार्तांनी समाजभवितव्याविषयी भीषण चिंता निर्माण झालेली आहे. स्वातंत्र्यानंतरच अधिक प्रमाणात व्यसनांचा महापूर लोटलेला आहे. काही अपवाद सोडले तर नवीन पिढीकडे कोणाचेही लक्ष नाही. देशाचा शतमुखांनी अध:पात चाललेला आहे. मर्द छातीचे तरुण निपजण्याऐवजी छातीची खोकी झालेली तरुण कसे निपजतील याची अतिरेकी शत्रू, आतंकवादी पुरेपूर काळजी घेत आहेत. भारताशी प्रत्यक्ष युद्ध करण्यापेक्षा व्यसनांचे युद्ध शत्रूला फार सोपे जात आहे. मर्द छातीच्या युवकांपेक्षा मृदू छातीच्या युवकांना पराभूत करणे शत्रूला फार सुलभ जात आहे. व्यसन शब्दाचा अर्थ संकट असा आहे. वाढती व्यसनाधीनता हे राष्ट्रावर आलेले प्रचंड संकट आणि तरीही नेत्यांचे या गंभीर गोष्टीकडे गांभीर्याने लक्ष जात नाही, ही अत्यंत खेदाची गोष्ट होय.

हे ऐवढे विस्ताराने लिहिण्याचे कारण असे की, पूर्वीच्या काळात त्या मानाने व्यसनाधीनता कमी असूनही व्यसने याच विषयाला वाहिलेले पत्र इ. स. १८५६- मध्ये मुंबईत निघाले, ही खरीच विशेष गोष्ट होय. इथे व्यसन शब्दाला तम म्हणजे अंधार म्हटलेले आहे नि ते योग्यच आहे. दुर्व्यसने दूर करण्याच्या प्रतिज्ञेने हे पत्र निघाले होते. त्याच्या 'प्रस्तावने'त म्हटले होते- ''आज दिन पावेतो, आपल्या मुंबापुरात पुष्कळ वर्तमानपत्रे निघाली व निघत आहेत, परंतु या आमच्या पत्राचा उद्देश धरून एकही निघाले नसेल असे आम्हास वाटते. आता आमच्या पत्राचा उद्देश काय म्हणून पुसाल तर, या पत्रावर जी साकी (प्रति शशिवारीं तमांतकासी जन जे आश्रय देती॥ अत्यानंदे पत्र वाचिती दुर्व्यसने ती जाती॥१॥) लिहिली आहे तिजवरून ध्यानात येईल. या पत्रात दुर्व्यसने दूर

करण्याविषयी आमच्याने जेवढे लिहवेल तेवढे आम्ही लिहीत जाऊ. या खेरीज सरते शेवटी आठवड्यातील........

१७. शिंपी हितेच्छू -

जात आणि जातीयता यावर गेली अनेक शतके प्रहार चालू आहेत नि ते योग्यच आहे. पण तरीही जात ही संस्था जिवंतच आहे. प्रत्येक जातीचे एक मुखपत्र सामान्यत: असतेच. आजच्या वैज्ञानिक, संगणक युगातही जर ही स्थिती तर दीडशे वर्षापूर्वी काय स्थिती असेल? नि ते योग्यही आहे. प्रत्येक जातीला आपल्या जातीविषयी ममत्व वाटणे हे साहजिक आहे. त्या त्या जातींच्या वृत्तपत्रांचा शोध घेतला पाहिजे. पण श्री. रा. के. लेले यांनी शिंपी जातीच्या एका पत्राचा चांगला उल्लेख केलेला आहे. टेलिग्राफ अँड कुरियर या पत्राच्या २० ऑगस्ट १८५५ च्या अंकावरून हे कळते.

मुंबईत १८५५ साठी 'शिंपि-हितेच्छू' नावाचे एक पत्र शिंपी (बांधवांच्या) हितवर्धनासाठी काढण्यात येत असल्याचे म्हटलेले आहे. विठोबा मल्हारी नामक कोणी दर्जी या पत्राशी संबंधित होते.

१८. सुबोधपत्रिका

प्रबोधनकाळातील महाराष्ट्रातील ही एक प्रमुख सामाजिक संस्था होय. डॉ. आत्माराम पांडुरंग तर्खडकर, दादोबा पांडुरंग तर्खडकर, वामन आबाजी मोडक, न्या. ना. ग. चंदावरकर, न्या. म. गो. रानडे, डॉ. रा. गो. भांडारकर या समाजधुरीणांनी प्रार्थना समाज स्थापनेत भाग घेतला. फाल्गुन वद्य ११ (पापमोचनी एकादशी) शके १७८८, रविवार ३१ मार्च १८६७ रोजी प्रार्थना समाज अस्तित्वात आला.

प्रार्थना समाजाची विचारसरणी अशी होती - ईश्वर एकच आहे. तोच सर्वांचा निर्माता आहे. अन्य कोणत्याही फलाची अपेक्षा सभासदाने ठेवू नये. प्रार्थना समाजाच्या सामूहिक उपासनेचे पुढील भाग आहेत -

१) **उद्बोधन** - उपासकाने सर्व मंडळींना उपासनोन्मुख करून त्यांचे विचार परमेश्वरकेंद्रित करणे.

२) **स्तवन** - सर्वशक्तिमान नि एक आणि एकच अशा ईश्वराच्या गुणांचे स्तवन करणे.

३) **कृतज्ञतादर्शन** - दयाळू परमेश्वराविषयी कृतज्ञता व्यक्त करणे.

४) **प्रार्थना** - स्वत:च्या आत्मिक उन्नतीसाठी प्रार्थना करणे.

५) **निरूपण** - उपासकाने वा प्रमुख वक्त्याने उपदेशात्मक प्रवचन देणे.

प्रार्थना समाजाची स्थापना झाल्यावर ६ वर्षांनी समाजाने स्वत:चे मुखपत्र ४ मे १८७३ ह्या दिवशी सुबोधपत्रिका हे चालू केले.

'सुबोधपत्रिके'चा पहिला अंक प्रसिद्ध झाल्यावर 'ज्ञानोदय' पत्राने त्याची पुढीलप्रमाणे दखल घेतली होती -

"नवे पत्र - येथील प्रार्थना समाजाने एक नवीन लहानसे मराठी पत्र चालू केले आहे. त्याचे नाव 'सुबोधपत्रिका'. हे सुमारे ज्ञानोदयाच्या (आजच्या नव्हे, पूर्वींच्या सं. ज्ञा.) साचाची आठ पृष्ठे असून सुंदर टैपांनी छापलेले आहे. हे दर रविवारी सकाळी निघते आणि याचा खप व्हावा व गरीबगुरिबांना सुद्धा घेता यावे म्हणून याची किंमत फार थोडी म्हणजे दर प्रतीस एक पैसा व सालिना १२ आणे ठेविली आहे. यात 'धर्मनीतिव्यवहार वगैरे उपयुक्त विषयांवर' निबंध, व्याख्याने, भाषान्तरे, प्रसिद्ध ग्रंथांतील निवडक वेचेही प्रसिद्ध केली जातील. हे पत्र व त्याचा उद्देश ह्यावरून आम्हास फार संतोष वाटतो.'' (ज्ञानोदय, १५ मे १८७३)

१९. ज्ञानप्रकाश

कृष्णाजी त्र्यंबक रानडे ह्यांनी ज्ञानप्रकाश वृत्तपत्र प्रारंभित केले. तेच त्याचे पहिले चालक-मालक होते. ह्या रानड्यांना आणखी एका महान रानड्यांची साथ मिळाली. हे रानडे म्हणजे प्रख्यात न्या. महादेव गोविंद रानडे. न्या. रानडे ह्यांचे सतत चालू असलेले उद्योग, उपक्रम ज्ञानप्रकाशामुळेच कळत असत. ज्ञानप्रकाश वृत्तपत्र काढावे अशा मताच्या मंडळींमध्ये कृष्णशास्त्री चिपळूणकरही होतेच.

ज्ञानप्रकाश

पुण्यात प्रथम मित्रोदय चालू झाला नि त्यानंतरचे दुसरे मराठी पत्र म्हणजे 'ज्ञानप्रकाश' हे होय. या वृत्तपत्राची कमाल म्हणजे या वृत्तपत्राने आपली शंभर वर्षे पूर्ण केली. हे एक मोठेच वैशिष्ट्य होय.

पश्येम शरदः शतम्

जीवेम शरदः शतम्

किंवा 'शंत जीव शरदो वर्धमान:' ही वाक्ये या वृत्तपत्राने खरी केली. १०२ वर्षांचे आयुष्य या वर्तमानपत्राला लाभलेले होते. जेव्हा ते बंद पडले तेव्हा महाराष्ट्रातील जनता आणि इतर वृत्तपत्रेही अतिशय हळहळली. तो भाग पुढे

येईलच.

१२ फेब्रुवारी १८४९ ज्ञानप्रकाश प्रकाशात आले.

१८५३ पासून ते द्विसाप्ताहिक झाले त्यावेळी त्यावर लिहिलेले असे -
''वाङ्मय, राजकारण, व्यापार व वार्ता यांना वाहिलेले द्विसाप्ताहिक.

प्रारंभी पूर्ण आकाराची आठ पाने, प्रति सोमवारी प्रसिद्ध. किंमत वर्षाला
१० रु. पडतील आणि सहा महिन्यास ६ रु. पडेल.

१८६३ पासून इंग्रजी मजकूरही येऊ लागला. इंग्रजी मजकुराच्या पहिल्या
अंकातील अग्रलेख न्या. महादेव गोविंद रानडे यांच्या हातचा होता.

१४ ऑगस्ट १९०४ ज्ञानप्रकाशाचे रूपांतर दैनिकात झाले. १८९५ मध्ये
काँग्रेसचे अधिवेशन पुण्यात भरले होते. त्यावेळीही एक महिना 'राष्ट्रसभा समाचार'
या नावाने तो दैनिक स्वरूपात प्रसिद्ध होत असे.

ज्ञानप्रकाशाची मोठी उडी म्हणजे त्यांनी काढलेली मुंबई आवृत्ती, मोठीच
गोष्ट होती ही. अनेक बाबतीत मुंबईकडून पुण्याकडे असा प्रवाह असतो इथे मात्र
पुण्याहून मुंबईकडे प्रवाह आणि तोही त्या काळी होता हे विशेष. १ जून १९२९
या दिवशी ही आवृत्ती चालू झाली. त्यावेळी काकासाहेब लिमये हे पुणे ज्ञानप्रकाशचे
संपादक होते. त्यांच्यामुळे मुंबईतही ज्ञानप्रकाश लोकप्रिय झाला होता.

त्या काळी सर्वच वर्तमानपत्रांचा खप कमी असे. ज्ञानप्रकाशचाही खप काही
शेकड्यातच असे. इंग्रजी वर्तमान पत्रांचाही खप माफकच असे.

त्या काळी वर्गणी हा शब्द प्रचारात नसे. वर्गणीबद्दल सामान्यत: पैसा शब्द
वापरण्यात येई.

विशेष म्हणजे मराठी जाणणारे इंग्रज, कर्नाटकातील काही कन्नड अधिकारीसुद्धा
ज्ञानप्रकाशचे ग्राहक होते.

त्या काळी संपादकांना आणि लेखकांना मानधन देण्याची शक्ती कोणत्याच
वर्तमानपत्राच्या ठिकाणी नसे. श्रीमान रा. के. लेले म्हणतात त्याप्रमाणे लेख
लिहून पैसे मिळवावे अशी आकांक्षा लेखक वर्गातही नव्हती. आपले ज्ञान इतरांना
घ्यावे या निरपेक्ष वृत्तीनेच लेखक लेखन करीत असत.

पण तरीही ज्ञानप्रकाशची आर्थिक स्थिती काही फारशी सुधारली नाही. तोटा
वाढतच गेला आणि शेवटी ते बंद करावे लागले.

ज्ञानप्रकाशचे स्वागित्व कृष्णाजी त्र्यंबक रानडे त्यानंतर त्यांचे पुत्र वामनराव...
आणि १९०९ मध्ये नामदार गोपाळ कृष्ण गोखले यांच्या भारत सेवक समाजाने
(सर्व्हंट्स ऑफ इंडियाने) घेतले आणि शेवटपर्यंत ते त्यांच्याचकिडे होते.

वाचकांचा पत्रव्यवहार हा वृत्तपत्रांचा एक प्रमुख भाग होय. पहिल्याच अंकात दोन हितचिंतकांची पत्रे छापलेली आहेत. लोकांनी वाचण्यास शिकावे अशी प्रार्थना नि उपदेश त्यात होता.

एक पत्रलेखक लिहितो - "तुम्ही फार मेहेनत करून लिहाल ते जर कोणी वाचले नाही तर त्याचा काय उपयोग?" दुसऱ्याला "वाटते की छापखान्यापासून लोकास सुखही आहे व दु:खही होऊ शकते. कारण की छापखान्यामुळे जशा चांगल्या गोष्टी प्रसिद्ध होतात तशाच वाईटही होतात... प्रथमत: हिंदू लोकांस वाचण्यावर प्रीती बसेल अशा युक्तीच्या सुरंग गोष्टी लिहून त्यांचे मनोरंजन करा. पण असे करण्याकरिता अयोग्य गोष्टी लिहू नका."

ज्ञानप्रकाशने आपल्या लेखकादी वर्गात खूप मोठी माणसे जोडली होती.

कृष्णाजी त्र्यंबक रानडे, कृष्णशास्त्री चिपळूणकर, विष्णुशास्त्री चिपळूणकर, न्या. महादेव गोविंद रानडे, गोपाळ कृष्ण गोखले, लोकहितवादी गोपाळ हरी देशमुख, हरी नारायण आपटे, वा. गो. आपटे, प्रा. भानू, गोपाळ कृष्ण देवधर, कृ. ग. कृष्णाजी गणेश तथा काकासाहेब लिमये, सीताराम केशव दामले (केशवसुतांचे बंधू), प्रा. हरिभाऊ लिमये, प्रा. वा. गो. काळे.

सांगण्यासारखी गोष्ट म्हणजे १८७८ मध्ये लॉर्ड लिटनने वृत्तपत्रांचा काळा कायदा आणलेला होता. त्यातून देशी वृत्तपत्रांवर निर्बंध येणार होते. तेव्हा न्या. म. गो. रानडे यांच्या प्रेरणेने ज्ञानप्रकाशचे दोघे साहाय्यक सार्वजनिक काका (गणेश वासुदेव जोशी) आणि रा. ब. गोवंडे यांनी कोलकात्याला जाऊन या काळ्या कायद्याविरुद्ध अखिल भारतीय पातळीवरून मत संघटित करण्याचा प्रयत्न केला.

एक विद्यावृद्धेच्छू वाचकाने लिहिलेले पत्र वाचनीय आहे. वृत्तपत्र चालू झाल्यावर दुसऱ्याच महिन्यात हे वाचकपत्र प्रसिद्ध झालेले आहे. वृत्तपत्राचे महत्त्व हा त्या वाचकपत्राचा विषय आहे.

'ज्ञानप्रकाश' वृत्तपत्र सुरू करताना वृत्तपत्राचे महत्त्व वर्णन केले असले, तरी लोकांत वृत्तपत्रावरून आस्था निर्माण झाली होती असे नव्हे. यामुळे 'एक विद्यावृद्धेच्छु' वाचक वृत्तपत्राचे महत्त्व पत्र सुरू झाल्यावर दुसऱ्याच महिन्यात मुद्दाम प्रतिपादन करताना आढळतो. तो म्हणतो - "विनंती विशेष, तुम्ही पत्र काढता परंतु त्याचा उपयोग बहुतांस अजून कळत नाही. जे मोठे मोठे म्हणवितात व आपले ठिकाणी गर्व करून आहेत त्यांसदेखील असे वाटते हा रिकामा उद्योग आहे. परंतु तुमच्यावाटचे मीच बोलतो. बातमीपत्राचे उपयोग फार आहेत. आपले लोकांमध्ये

तर कोणास बातमी मुळीच कळत नाही. ज्यास आपला आपला विचार दिसतो. ज्याची त्याची नजर आपले घरापुरती असते. पुढे काही कळत नाही. याजमुळे हे लोक पुढे सरकत नाहीत. मजुरी करणे हे काही फारसे शहाणपण नाही. शहाणपण म्हणजे कोठे काय आहे हे पाहणे, सर्व देशांवर व जगावर नजर ठेवणे, माहितगारी करणे याचे नाव शहाणपण. याजकरता आम्ही या लोकांची प्रार्थना करतो की, तुम्ही इतके दिवस सुस्तीने राहिलेत त्याची फळे भोगता. परंतु अजून तरी तुमची नजर दूरवर जाऊ द्या. विद्या करा. वर्तमानपत्रादिक वाचीत जा म्हणजे तुम्हास बहुतकरून माहिती होईल, जे न समजेल ते पुसा आणि खातरी करा. वादविवाद करीत जा. म्हणजे तुमची बुद्धी वाढेल. विद्येचे शत्रुत्व कराल व कुबुद्धीचा आश्रय कराल तर फजीत पावात. जवळ तुमच्या पैसे असले म्हणून सर्व मुलुखात आहेत असे नाही. आपलेसारखा दुसऱ्याचा विचार हे विनंती (ज्ञानप्रकाश, ५ मार्च १८४९).''

नेमस्त धोरण, उदारमतवाद, सौम्य प्रतिपादन आदी ज्ञानप्रकाशची वैशिष्ट्ये होत. न्या. म. गो. रानडे, गो. कृ. गोखले यांच्या विचारप्रणालीची छाप ज्ञानप्रकाशवर राहिली. अर्थात, ज्ञानप्रकाशने नेहमीच प्रगतीची बाजू घेतलेली आहे. मात्र समाजसुधारणेचा पाठपुरावा करताना आक्रमक धोरणापेक्षा सौम्य वृत्तीनेच जनतेचे मन वळविले पाहिजे, असे ज्ञानप्रकाशचे मत होते. भारत सेवक समाजाने ज्ञानप्रकाश घेतल्यावर प्रागतिक नेमस्तपणा हेच ज्ञानप्रकाशचे धोरण राहिले. १९२३ च्या एप्रिलपासून प्रत्येक शनिवारी काव्यशास्त्रविनोद हे सदर चालू करण्यात आले.

ज्ञानप्रकाशचे एक महत्त्वपूर्ण संपादक काकासाहेब लिमये यांच्यावर स्वतंत्र लेख वा प्रकरण लिहावे एवढी त्यांची योग्यता आहे. त्यांच्या काळात ज्ञानप्रकाशचे संकुचित स्वरूप जाऊन त्याची द्वारे सर्वांना मोकळी झाली. खाली खाली चाललेले वर्तमानपत्र त्याचा खप नि लोकप्रियता परत वाढू लागली, हजारपर्यंत आलेला खप पुन्हा दहा हजारपर्यंत जाऊन पोहचला.

महाराष्ट्रीय वृत्तपत्रांच्या अग्रभागी ज्ञानप्रकाशाचा उल्लेख होतो. श्री. रा. गो. काकडे म्हणतात त्याप्रमाणे मजकुराची विशिष्ट मांडणी, बृहन्महाराष्ट्रीय बातमीपत्रांचा व्याप, देशातील प्रचलित राजकारणाविषयीची मुद्देसूद आणि सप्रमाण चर्चा, स्त्रियांचे प्रश्न, शेतीसहकार, इतिहाससंशोधन, साहित्यचर्चा, पुणे शहरातील राजकीय, सामाजिक आणि वाङ्मयीन चळवळींचा इतिहास आदी सारे काही व्यवस्थित देण्यात ज्ञानप्रकाशने अतुलनीय यश मिळवले आहे.

कृष्णाजी गणेश तथा काकासाहेब लिमये (१८९२-१९४८) ह्यांचा जन्म

पंढरपूरचा. भारत सेवक समाजाचे ते सदस्य झाल्यापासून ज्ञानप्रकाशच्या संपादनातही सहभागी झाले. वयाच्या केवळ ३४ व्या वर्षी म्हणजे १९२६ मध्ये ते ज्ञानप्रकाशचे संपादक झाले. मराठी पत्रकार परिषदेचे पहिले अध्यक्ष तेच. १९४१ मध्ये ते ज्ञानप्रकाशच्या संपादकपदावरून निवृत्त झाले. लोकप्रिय वक्त्यांच्या भाषणांचे सविस्तर वृत्तान्त देण्याची प्रथा त्यांनी ज्ञानप्रकाशामधून आरंभिली, त्यांच्या संपादकीय कारकिर्दीतच दैनिक ज्ञानप्रकाशाची मुंबई आवृत्ती निघाली. १९२९ मध्ये शंकरराव गोखले हे संपादक झाले. पण त्यांनी खूप प्रयत्न करूनही शेवटी ज्ञानप्रकाश बंद करण्याची पाळी आली. १ जानेवरारी १९५१ पासून ज्ञानप्रकाशचे प्रकाशन थांबले. ज्ञानप्रकाश बंद होऊ नये म्हणून म. म. प्रा. द. वा. पोतदारांपासून आचार्य अत्रे ह्यांच्यापर्यंत अनेकांनी प्रयत्न केला पण यश आले नाही. आचार्य अत्र्यांनी तर ज्ञानप्रकाशाचा खून झाला असाच लेख लिहिला. सतत १०३ वर्षे चाललेले वृत्तपत्र बंद पडले म्हणून मराठी जनतेला दुःख होणे स्वाभाविक होते.

श्री. रा. गो. कानडे म्हणतात, केवळ मतपत्रे म्हणविल्या जाणाऱ्या प्रमुख साप्ताहिकांनीही दैनिक ज्ञानप्रकाशच्या काही उपक्रमांचे अनुकरण करून एका अर्थाने ज्ञानप्रकाशचे श्रेष्ठत्व मान्य केलेले आहे. महाराष्ट्रातील अत्यंत जुन्या अशा ह्या वृत्तपत्राने १०० वर्षे सेवा केली ती त्याच्या सर्वांगीण, सर्वसंग्राहक आणि सत्यवृत्त धोरणामुळे.

२०. उपदेशचंद्रिका

इंग्रजी सत्तेची पकड घट्ट झालेली होती, त्याबरोबरीने त्यांचे भाईबंद खिस्ती मिशनरी देशभर पसरत होते. इथल्या देवतांचा, धर्माचा, समाजाचा देशाचा अपमान करावा; निंदा करावी आणि स्वमत प्रतिपादन करावे; बाटवाबाटवी करावी याचा त्यांनी सपाटा लावला. हिंदू धर्म आणि हिंदू समाज यावर हा मोठाच हल्ला झाला होता. पाश्चात्य संस्कृतीचे आक्रमण अतिशय जोरात चालू होते.

तेव्हा ह्या आक्रमणाचा प्रतिकार करण्याची नितान्त आवश्यकता निर्माण झाली. बाळशास्त्री जांभेकर, वेदशास्त्रसंपन्न मोरभट दांडेकर, कृष्णशास्त्री चिपळूणकर आणि महान प्रचारक विष्णूबुवा ब्रह्मचारी यांचे याबाबतीतील प्रयत्न महनीय आहेतच पण परक्यांचे वैचारिक आणि धार्मिक आक्रमण परतवून लावण्याच्या या निकराच्या प्रयत्नात वृत्तपत्रांचाही मोठाच वाटा आहे.

वेदशास्त्रसंपन्न मोरभट दांडेकर यांनी उपदेशचंद्रिका नामक मासिक चालू केले होते. मिशनऱ्यांच्या हिंदू धर्मावरील चढाईला प्रतिबंध करण्यासाठीच ते जन्माला आले होते.

> *"हिंदु लोकहो तुम्हास माहीतच आहे की या देशात पाद्रींचा संचार होऊ लागल्यापासून आपले पवित्र धर्मास धक्का येत चालला आहे. त्यांही जागोजाग शाळा घालून व खिस्ती धर्माची पुस्तके फुकट लोकांस वाटून या लोकांस बाटविण्याचा महत् प्रयत्न चालविला आहे; व आपले लोकांस आपले धर्माचे ज्ञान नसते याचमुळे कित्येकास हिंदुधर्माचा कंटाळा येऊन खिस्ती धर्म खरासा वाटू लागला आहे. तेव्हा हे लोकहो हा अनर्थ फार विस्तृत होण्याचे पूर्वी तत्प्रतिबंधार्थ काही तरी तजवीज या प्रसंगी योजणे अवश्य आहे नाही? माते मते दरमाहा एक पुस्तक काढून त्यात हिंदुधर्माची लोकांस माहितगारी होई व खिस्ती लोक आपले धर्मवर दोष देतात, त्याचे खंडन होई असे करावे ही चांगली युक्ती आहे व पाद्री लोक दबले तर अशाने दबतील, यास हरवायास दुसरी युक्ती नाही."*

२१. विचारलहरी

कृष्णशास्त्री चिपळूणकर (इ. स. १८२४-१८७७)

मराठी ग्रंथकार, रसिक विद्वान. मालाकार विष्णुशास्त्री ह्यांचे ते वडील. संस्कृत अलंकार, न्याय नि धर्म यांचा सखोल अभ्यास मग इंग्रजीचे उत्तम ज्ञान संपादित केले. पूना ट्रेनिंग कॉलेजचे प्राचार्य, रिपोर्टर ऑन दी नेटिव्ह प्रेस आदि पदांवर कामे केली, मराठी शालापत्रक ह्या नियतकालिकाचे काही वर्षे संपादन - खिस्ती धर्मप्रचारास विरोध करण्यासाठी केलेल्या विचारलहरी पाक्षिकाचे संपादक.

मेघदूत (अनुवाद), अन्योक्तिसंग्रह, हे त्यांच्या सुभाषितरत्नावलीत आलेले आहे. त्यांचे अनुवादकौशल्य प्रशंसनीय आहे. अनुवाद नसून ते भावार्थदर्शनच आहे.

अरबी भाषेतील सुरस आणि चमत्कारिक गोष्टींनी मराठीतील मनोरंजक कथावाङ्मयाचा पाया घातला. अनेक विद्यामूलतत्त्वसंग्रह ह्या पुस्तकात शास्त्रीय विषय सुगम करून दाखविण्याची हातोटी दिसते. सॉक्रेटिस चरित्र, रासेलसचा अनुवाद, पौर्वात्य आणि पश्चिमी अशा दोन्ही प्रकारच्या विद्याव्यासंगामुळे आधुनिक बनलेल्या कृष्णशास्त्रींनी अव्वल इंग्रजी काळात ज्ञान प्रवाहांचा समन्वय करण्याच्या अवघड कार्यात आपला वाटा उचलला. मराठी गद्याला त्यांनी आपल्या लेखणीने

शब्द आणि डौलदार वळण लावले आणि विष्णुशास्त्रींच्या मराठी भाषेतील महान कार्याला आवश्यक अशी पूर्वपीठिका निर्माण करून ठेवली.

पुणे शहरातसुद्धा मिशनऱ्यांचा वावर मोठा वाढला होता. त्यांच्या प्रचाराचा लोकांवर कुपरिणाम होऊ लागला होता. त्यामुळे पुणे-महाराष्ट्रातील अनेक नेते, विद्वान अस्वस्थ झाले. पर-प्रतिकारासाठी, स्वधर्मसंरक्षणासाठी ते सिद्ध झाले. त्यांनी 'विचारलहरी' नामक एक पाक्षिक काढले नि त्याच्या संपादकत्वाचे दायित्व एक महान व्यक्तित्व, विद्वान, विचारवंत, लेखक अशा कृष्णशास्त्री चिपळूणकरांवर सोपविले. विचारलहरीवर केवळ भारतीय तिथी आणि शक यांचा उल्लेख असे. विचारलहरीचा पहिला अंक आषाढ शुद्ध पौर्णिमा शके १७७४ गुरुवारी प्रसिद्ध झाला. म्हणजेच इ. स. १८५२ जुलै महिना - पत्राचे ध्येय पहिल्या अंकात स्पष्ट झालेले आहे.

हेतू

"सांप्रतकाळी स्वार्थ हेतूने हिंदू धर्माचे मिथ्या वर्णन करणारी अनेक प्रकारची पुस्तके व शाळा स्वभाषेत व स्वदेशात उत्पन्न होऊन हिंदू धर्मास ग्लानी आणण्याकरिता इंग्लिश लोक भगीरथ प्रयत्न करीत आहेत व पदरचा पैसा खर्च करून या कामावर मिशनरी म्हणजे क्रिस्त धर्म सांगणारा मनुष्य नेमतात, त्यांजकडून अनेक उद्योग त्यांचे मन प्रगट करण्याकरिता, व लोकांनी स्वीकार करण्याकरिता, चालले आहेत. अशा प्रसंगी हिंदू लोकांस योग्य आहे की, सनातन धर्माचे संरक्षण होऊन त्यास बळकटी यावी, याविषयी जो प्रयत्न उचित आहे, तो अवश्य करावा. मुसलमानादिक लोक हिंदू धर्माचे नाशास प्रवृत्त होते. परंतु ते केवळ तरवारीने आपले धर्म वाढवीत होते. तसे शत्रू सांप्रत काळी नाहीत, आणि तसे जर असते तर वाद, विवाद, रूप, उपाय व्यर्थ होते, परंतु सांप्रतचे हे शत्रू हे साम शत्रू आहेत, हे बलात्कारी नव्हेत, तेव्हा त्यांचेच मार्गाने त्यांस कुंठित करावे हे योग्य; व हल्लीचे सरकारात वाद, विवाद व लेखसंबंधी मोकळीक असल्यामुळे वादीस व प्रतिवादीस आपला वाद सिद्ध करण्याची साधने सारखी आहेत, याजवर नजर ठेवून हिंदू धर्माचे उद्धारास प्रवृत्त होण्यास मुख्य मार्ग हाच की, प्रतिवाद्याचा पुरावा रद्द करावा, म्हणजे वाद अर्थात जिंकला.

"या हेतूने ही विचारलहरी आरंभिली आहे. यात मुख्यत्वेकरून क्रिस्तीमताचे खंडणाची साहित्ये घेतली जातील. आणि सत्य आणि शांती

धरून सर्व वाद चालेल; वितंडवाद, किंवा दुराग्रह, किंवा कोपयुक्त अमर्याद भाषणे लिहिण्याचा उद्देश नाही. केवळ सत्यावर लक्ष ठेऊन शांतपणाने क्रिस्ती मतांचे खंडण, प्रमाणे करून ज्या मार्गाने होईल त्याच मार्गास ही लहरी अनुसरेल हा नियम आहे.

"आणि ही विचारलहरी येक गुरुवार सोडून दुसरे गुरुवारी छापली जाईल. व याबद्दल महिना दोन आणे किंमत ठरविली आहे, परमेश्वराने या कार्यास अनुकूल होऊन सिद्धीस न्यावी ही प्रार्थना आहे."

'विचारलहरी' पत्राने ख्रिस्ती मिशनऱ्यांच्या प्रचाराचा प्रतिवाद करण्याचा आपला उद्देश असा स्पष्टपणे मांडला होता. हे वृत्तपत्र तसे एक वर्षभरच चालले. पण त्यातून ख्रिस्ती धर्माचे जे दोषाविष्करण झाले व हिंदुधर्माचा सयुक्तिक असा जो पुरस्कार करण्यात आला तो चांगला प्रभावी होता. मिशनऱ्यांना 'विचारलहरी'तील प्रतिवाद अगदी वर्मी झोंबत असला पाहिजे. 'ज्ञानोदय' या मिशनरी पत्रातील 'विचारलहरी' बाबतचे उल्लेख पाहिले असता ही गोष्ट विशेष ध्यानी येते. १५ मार्च १८५३ च्या 'ज्ञानोदय'च्या अंकात म्हटले होते.

हिंदु धर्मावरील हल्ल्यांमुळे लोकांना चीड येणे स्वाभाविक होते. कृष्णशास्त्री चिपळूणकर तर कसलेले विद्वान ते गद्यातून परमतखंडन नि स्वमतमंडन करीतच पण कधीकधी पद्यातूनही ते धमाल उडवून देत असत.

एक-दोन कडवी बघूया-

पाद्री लोकांच्या प्रचारपद्धतीचे मनोरंजक वर्णन भाद्रपद वद्य ९ शके १७७४-च्या (इ. स. १८५२) अंकात प्रसिद्ध झाले होते ते असे.

देशोदेशी घेउनी वूक हाती ।
रस्तोरस्ती आपला धर्म गाती ॥
पोरांसोरां बूक बक्षीस देती ।
हातोहाती चित्त मोहूनि घेती ॥
शांति प्रौढी बोळण्यामाजि मोठी ।
पांहू जाता रीत सारीच खोटी ॥

दुसऱ्या एका अंकात म्हटले होते-

पाद्री जाणावे हो खळ ॥
त्यांचे धर्मा नाही मूळ ॥१॥

२२. वर्तमान दीपिका

इंग्रजांच्या पाठिंब्यामुळे खिस्ती धर्मप्रचार जोरात चालू होता. तेव्हा त्याला समर्थपणे तोंड देण्यासाठी 'वर्तमानदीपिका' नामक आणखी एक पत्र निघाले. वर्ष प्रतिपदा, ९ एप्रिल १८५३ पत्रावर अशा ओळी असत.

हे पत्र भवानी विश्वनाथ कानविंदे यांनी चालू केले नि ते बरेच दिवस चालू होते असा उल्लेख मिळतो.

२३. इंदुप्रकाश

महाराष्ट्रात सामाजिक नवमताची आणि नवविचाराची खळबळ उडवून देणारे पत्र म्हणून इंदुप्रकाश सर्वतोमुखी झाला होता.

२ जानेवारी १८६२ साली अत्यंत प्रख्यात असे इंदुप्रकाश हे वृत्तपत्र निघू लागले. पुढे १८६७ मध्ये स्थापन झालेला प्रार्थनासमाज हे त्याचे व्यासपीठ होते.

मुंबईतील नवसुशिक्षित समाजासाठी सुधारणापर वर्तमानपत्राची आवश्यकता होती. नव्या विचारांचे नि चळवळींचे केंद्र मुंबईत होते. नि तेथे तसे जोरदार वर्तमानपत्र त्या काळी नव्हते.

मुंबईत वृत्तपत्र काढण्यास चालना दिली ती मात्र पुण्याच्या व्यक्तीने-लोकहितवादी (गोपाळ हरी देशप्रमुख) ह्यांनी. हे पत्र चालू करण्याच्या प्रयत्नांना मूर्त स्वरूप दिले विष्णुशास्त्री पंडित (१८२७-१८७६) ह्या तडफदार सुधारकांनी.

संपादक

इंदुप्रकाश चालू करण्यास चालना देण्यात गोपाळ हरी देशमुख तथा लोकहितवादी ह्यांचा मोठाच वाटा आहे. त्यांची थोडक्यात माहिती अशी -

१८२३ ते १८९२ हा त्यांचा काळ. अनेकानेक पदे त्यांनी भूषविली. न्यायाधीश म्हणून ते निवृत्त झाले. मुंबई विद्यापीठाची फेलोशिप नि गव्हर्नरच्या कौन्सिलचे सदस्य हेही मान त्यांना मिळाले.

लोकहिताविषयी त्यांची अतिशय तीव्र तळमळ असे त्यामुळेच लोकहितवादी हे त्यांचे नाव सार्थ ठरले. नवज्ञान नि नवविचार प्रसृत करण्यासाठी त्यांनी जीवनभर लेखणी चालवली. सामाजिक आणि ज्ञानोत्तेजक संस्था उभारण्यात त्यांचा मोठा वाटा होता. स्त्रीशिक्षण आणि विधवाविवाह यांचे ते पुरस्कर्ते होते. म. फुले ह्यांच्या ह्या सामाजिक कार्याला त्यांना पूर्ण पाठिंबा होता.

इंदुप्रकाश नि ज्ञानप्रकाश ह्या वृत्तपत्रात तर त्यांचा वाटा होताच पण अहमदाबाद येथे असताना तेथील हितेच्छू वर्तमानपत्राच्या स्थापनेतही त्यांचा वाटा होता.

प्रार्थनासमाजात तर ते होतेच पण आर्यसमाजाचे विश्वस्त म्हणून स्वामी श्री दयानंद सरस्वतींनी त्यांना नियुक्त केले होते.

त्यांची ग्रंथरचना अतिशय विपुल आहे. धार्मिक, सामाजिक, ऐतिहासिक, राजकीय, आर्थिक आणि संकीर्ण अशा सहा वर्गात मोडणारी आहे. गीतातत्त्व, स्वाध्याय, आश्वलायन गृह्यसूत्र भाषान्तर, जातिभेद, होळीविषयी उपदेश, भिक्षुक, प्राचीन आर्य विद्या आणि रीती, कलियुग आणि हिंदुस्थानातील बालविवाह, हे त्यांचे ग्रंथ. इतिहासविषयक ग्रंथांत भरतखंडपर्व, पानिपतची लढाई, ऐतिहासिक गोष्टी, हिंदुस्थानचा इतिहास, पृथ्वीराज चव्हाण, गुजरातचा इतिहास, सुराष्ट्र देशाचा इतिहास, उदेपूरचा इतिहास ह्या ग्रंथांचा उल्लेख करता येईल.

'महाराष्ट्र देशातील कामगार लोकांशी संभाषणे' या पुस्तकात लोकहितवादींनी लाच घेण्याच्या वृत्तीवर कठोर आघात केलेला आहे. हिंदुस्थानास दरिद्र होण्याची कारणे आणि त्याचा परिहार व व्यापाराविषयी विचार, लक्ष्मीज्ञान, स्थानिक स्वराज्यव्यवस्था, स्वदेशीय राज्ये व संस्थाने ही त्यांची आर्थिक विषयांवरील पुस्तके. संकीर्ण लेखनात अकराशे पृष्ठांचा निबंधसंग्रह महत्त्वाचा असून त्यातच त्यांची गाजलेली शतपत्रे समाविष्ट झालेली आहेत. आपल्या देशबांधवांना उद्देशून प्रभाकर वृत्तपत्रात त्यांनी ही शंभर पत्रे लिहिली. द्रष्टे विचारवंत म्हणून त्यांची ख्याती आहे.

भारतीय परंपरेतील तत्त्वांश जतन करून, आंग्ल विद्येच्या बळावर त्यांची समृद्धी करावी ही त्यांची दृष्टी होती. इंग्रजी विचारांच्या समाजाभिमुखतेने ते भारावून गेले होते, तरीही इंग्रजी सत्तेच्या अनिष्ट परिणामांचेही त्यांना पुरेपूर भान होते.

विष्णुशास्त्री चिपळूणकर नि लोकमान्य टिळक दोघांनी त्यांच्या गुणांची प्रशंसा केली. लोकहितवादींची तुलना न्या. म. गो. रानडे ह्यांच्याशी करणे युक्त ठरेल.

महाराष्ट्रातील वैचारिक क्रांतीचा पाया घालणाऱ्यांमध्ये ते एक प्रमुख आहेत.

भौतिक दृष्टीची परंपरा त्यांनी पुनश्च चालू करून दिली. इतिहासलेखनाची परंपरा त्यांनीच प्रारंभिली. अंधविश्वास, जुन्याचा अभिमान, शब्दप्रामाण्य, कर्मठपणा, धर्मविषयी विपरीत आणि भ्रामक कल्पना या हिंदू समाजाच्या अंतर्गत व्याधींचा विचार करून लोकहितवादींनी खऱ्या धर्माची स्थापना करण्याचा प्रयत्न केला. आधुनिक महाराष्ट्राच्या इतिहासात त्यांना फार उच्च स्थान लाभलेले आहे.

विष्णुशास्त्री पंडित संपादक

समाजसुधारणा, स्त्रियांची दु:स्थिती, विधवाविवाहाचा कट्टर पुरस्कार, इंदुप्रकाशचे संपादक, विविध सामाजिक चळवळी ह्यांमुळे विष्णुशास्त्री पंडितांचे नाव आघाडीच्या समाजसुधारकांमध्ये घेतले जाते. विधवाविवाहाबाबत जे कार्य बंगालमध्ये ईश्वरचंद्र विद्यासागर ह्यांनी केले तेच कार्य महाराष्ट्रात विष्णुशास्त्री पंडित ह्यांनी केले. ईश्वरचंद्रांच्या विधवाविवाहविषयक ग्रंथाचे त्यांनी भाषान्तर करून धर्मशास्त्राची विधवाविवाहाला अनुकूलता आहे हे दाखविले.

विष्णुशास्त्रींचा जन्म १८२७ चा! त्यांनी वेदशास्त्रसंपन्न राघवेंद्राचार्य गजेंद्रगडकर यांच्या जवळ संस्कृतचा अभ्यास केला. विश्रामबाग पुणे येथे इंग्रजीचे अध्ययन केले. ते कृतिशील सुधारक होते. प्रथमपत्नी वारल्यावर त्यांनी कुसाबाई यांच्याशी पुनर्विवाह केला. ज्ञानाची श्रेष्ठता, व्यापाराचे महत्त्व, संघटित शक्ती, मद्यपानाचे दुष्परिणाम याबाबतचे त्यांचे विचार अत्यंत महत्त्वाचे आहेत. सामाजिक सुधारणेची चळवळ म्हणजे सुळावरची पोळी आहे ह्याची त्यांना पूर्ण जाणीव होती. अलौकिक कार्यनिष्ठा असामान्य नीतिधैर्य, लोकोत्तर त्याग आदी त्यांच्या गुणविशेषांचा अवश्य उल्लेख करावा.

१८६४ मध्ये त्यांनी पुनर्विवाहोत्तेजक मंडळी ही संस्था स्थापन केली. देशाची सर्वांगीण उन्नती व्हावी म्हणून कीर्तनाचाही त्यांनी आधार घेतला.

विधवाविवाह, स्त्रियांचे अधिकार, इंग्रजी मराठी शब्दकोश, वेदांतील सूर्या-सावित्री विवाह, हिंदुस्थानचा इतिहास, संस्कृत मराठी धातुकोश इत्यादी त्यांचे लेखन प्रसिद्ध आहे.

'इंदुप्रकाश' पत्र त्या काळच्या बहुतेक वृत्तपत्रांप्रमाणे द्विभाषी होते. इंग्रजी व मराठी अशा दोन्ही भाषांत त्यात मजकूर येत असे. परंतु 'दर्पण' पत्राप्रमाणे मराठी

व इंग्रजी मजकूर एकच नसे. हे पत्र दर सोमवारी सायंकाळी प्रसिद्ध होते असे. पहिल्या पृष्ठावरील 'इंदुप्रकाश' या मराठी नावाखाली "The Indu Prakash or Moonlight, A weekly Journal of Literature, Politics, Commerce and News' असे इंग्रजीत छापलेले असे. ब्रीदवाक्य म्हणून एक 'गीति' दिलेली आढळते ती अशी.

।। गीति ।। चंद्रप्रकाश जैसा तैसा इंदुप्रकाश तोष करी ।
प्रति सोमदिनी सायंकाळी हत्ताप पाहतांचि हरी ।।१।।

पुढे हे साप्ताहिक दैनिकात रूपांतरित झाले त्यासंबंधी 'ज्ञानोदय' पत्राने काढलेले उद्गार असे.

"अशा प्रकारे आमच्या मराठी पत्रांची स्थिती असता आपल्या एथे एका नवीन 'इंदुप्रकाश' नामक पत्राने आपले घोडे पुढे ढकलले आहे. ते चालते किंवा मार्गातच थकून पडते, हे जरी माझ्याने आता सांगवत नाही, तरी त्याचा कर्त्ता त्यास, दाणाचारा देण्यात कसूर करणार नाही असा त्याने निश्चय केला आहे असे दिसते आणि मी आमच्या प्रिय पत्रकर्तें बांधवांस सांगतो की, तुम्ही सर्वांनी मिळून शिळ्ळाछाप अगदी सोडून घ्यावा व ठशांच्या छापावर आपली पत्रे छापण्यास आरंभ करावा." (ज्ञानोदय, ज्युलै ता. १५ सन १८६२)

"मुंबईच्या काँग्रेसची (१९०४) संधी साधून मुंबईचे पुरातन व वजनदार पत्र इंदुप्रकाश याने आपल्या वाचकांना नित्य भेट देण्याची सुखात केली आहे, ही एक अभिनंदनीय गोष्ट आहे. इंदुप्रकाश हे मराठी भाषेतले पुष्कळ जुने पत्र आहे व मुंबईच्या चांगल्या माणसांचे त्यात लेख येत गेल्यामुळे याला एक प्रकारचा प्रतिष्ठितपणा आलेला आहे. असे पत्र दैनिक झाले आहे. याबद्दल कोणालाही आनंद वाटल्यावाचून राहणार नाही. या दैनिक पत्राचा हल्लीचा आकार डबल रॉयलचा असून त्यातील निंमे भागात मराठी लेख येत असतात. मुंबईतील व बाहेरच्या सर्व बातम्या यात असूनही निबंधही चांगले येत असतात. मुंबईस इंदुप्रकाश व पुण्यास ज्ञानप्रकाश अशी मराठीत दोन दैनिके निघू लागली आहेत, त्यांची संख्या वृद्धिंगत होऊन मराठी भाषा जाणणाऱ्या वाचकांमध्ये ज्ञानाचा प्रसार दिवसेंदिवस जास्त होत जावो असे आम्ही इच्छितो.

"इंदूप्रकाश या पत्राचे धोरण नेमस्तपणाचे आहे. या पत्राला हे वळण पूर्वीपासून लागले आहे. ही जुनी पत्रे जेव्हा अस्तित्वात आली, तेव्हा त्या वेळच्या देशकालानुरूप त्यांनी एक दिशा स्वीकारली आणि एकदा पत्करलेली दिशा सोडणे बरोबर नाही असा रूढीने सांगितलेला एक शिष्टसंप्रदाय नि:सीम भक्तीने पाळला जात असल्यामुळे ह्या जुन्या पत्रांनी हल्लीच्या नव्या फेरफारांतही आपले जुनेच धोरण कायम ठेवले आहे. पन्नास वर्षांच्यापूर्वी नेमस्तपणाचे धोरण ठीक होते. (परंतु आता) जुन्या पत्रांनीच नवीन दिशा पत्करावयाला पाहिजे होती." ('काळ', १९०५)

मांडणी या दृष्टींनी त्यातील लेखनाचा दर्जा नि:संशय उजवा होता. याच संदर्भात, वृत्तपत्रांत चित्रे देण्याची जी तुरळक सुरुवात झाली होती तीबाबत 'इंदुप्रकाश' च्या ३ जानेवारी १८८७ च्या अंकात असा उल्लेख होता-

"तसबिरा - काही वर्तमानपत्रांतून अलीकडे तसबिरा पाठविण्याची टूम निघाली आहे. कोल्हापूरच्या 'ज्ञानसागरा'त कधी कधी चित्रे येत असतात. आमचेकडे इलस्ट्रेटेड वर्तमानपत्रे मुळीच नाहीत. ही उणीव दूर करण्याचे आमचे इकडील काही कारागिरांनी मनावर घेतल्यास वावगे नाही. वरील पत्रांत आलेल्या अक्कलकोटच्या स्वामींच्या तसबिरीत काही सादृश साधले आहे, अभ्यासाने या कामात विशेष सुधारणा होईलच. तसबिरा काढणे त्या निराळ्या कागदावर काढाव्या व त्या सर्वांच्या सुरेखशा एका नमुन्याच्या तसबिरा होतील असा त्यांचा आकार असावा. म्हणजे केवळ रद्दीत पडणार नाहीत." (इंदुप्रकाश, ३ जानेवारी १८८७)

२४. नेटिव्ह ओपिनियन

इंदुप्रकाश प्रारंभित झाल्यानंतर दोन वर्षातच मुंबईत चालू झालेले महत्त्वाचे वृत्तपत्र म्हणजे नेटिव्ह ओपिनियन. जगन्नाथ तथा नाना शंकरशेट यांच्यानंतर मुंबईचे नेतृत्व ज्यांच्याकडे आहे ते नामवंत विद्यापंडित विश्वनाथ नारायण मंडलिक ह्यांचा हे पत्र चालू करण्यात पुढाकार होता. लेखनाची हौस आणि आपल्याला समाजाला काही सांगावयाचे आहे अशा ऊर्मीतून मंडलिकांनी हे पत्र चालू केले. सार्वजनिक कामाची ओढ आणि आवड त्यांना स्वस्थ बसू देईना त्यामुळे पत्र काढण्याचा विचार बळावला. प्रथम 'दर आठवड्यास प्रसिद्ध होणारे आणि सुशिक्षित

हिंदी लोकांनी चालविलेले इंग्रजी पत्र काढण्याविषयी वाटाघाटी करण्यात आल्या.' दादाभाई नौरोजींनीही साहाय्य करण्याचे आश्वासन दिले. मंडलिक आणि करसनदास मुळजी ह्यांनी आर्थिक दायित्व घेतले नि जे नुकसान होईल ते सोसण्याचा त्यांनी निश्चय केला. संपादनाचा गाडा मामा परमानंद आपल्या भारदस्तपणामुळे सांभाळू शकतील म्हणून त्यांची संपादकपदी नियुक्ती झाली. ४ जानेवारी १८६४ पहिला अंक प्रकाशित झाला. हे पत्र दोन वर्षे इंग्रजी भाषेत होते. १ जुलै १८६६ पासून इंग्रजीच्या जोडीने मराठी मजकूर देण्यात येऊ लागला.

'नेटिव्ह ओपिनियन' पत्राचा उद्देश, ''रागाने कोण आठी घालीत आहे अथवा लोभाने कोणाच्या चेहऱ्यावर हास्याची छटा दिसू लागली आहे इकडे लक्ष न देता राजकीय, सामाजिक व नैतिक विषयावर नेटिवांची स्वतंत्र मते प्रसिद्ध करावयाची'' हा होता. म्हणून पत्राला 'नेटिव्ह ओपिनियन' हे नामाभिधान देण्यात आले. परंतु त्यात ''सरकारास साहाय्य करण्याचा''च चालकांचा हेतू होता. सरकारचे स्वरूप तसे विराट व सर्वव्यापी असते. ''सहस्रशीर्ष, सहस्राक्ष व सहस्रपाद'' असे सरकार असले, तरी ''नेटिव लोकांच्या स्वतंत्र मतांची त्याला अपेक्षा आहे. सरकारने हाती घेतलेल्या विषयांवर नेटिवांनी स्वतंत्रपणे चालविलेली चर्चा त्यास इष्टच आहे. म्हणून जी माहिती फक्त नेटिव्हांसच असू शकेल ती देऊन सरकारास साहाय्य करण्याचा'' हेतू पुढे ठेवून हे पत्र जन्माला आले. शिवाय, ''नेटिव्ह लोकांस स्वतंत्रपणे विचार करावयास लावून त्यांच्या विचारांस उच्च वळण लागण्याकरता, 'त्यांच्या गुणदोषांचे विवेचन करून', 'त्यांस सन्मार्ग दाखवून' 'मित्राप्रमाणे त्यांच्या हिताचे संरक्षण करावयाचे' असेही ध्येय 'नेटिव ओपिनियन'ने आपल्यापुढे ठेवले होते. केवळ 'उद्रनिमितं' घेतलेला हा वेष नव्हता. 'युरोपियन व नेटिव्ह यांच्यामधील गैरसमज' दूर करण्याचा हा उद्योग होता. आणि हे करताना ''घातलेल्या भांडवलाचा व्यापारी दृष्टीने पूर्ण नाश झाला, तरी (त्याला) चालकांची तयारी होती.'' (ग. रा. हवालदार, रावसाहेब विश्वनाथ नारायण मंडलिक यांचे चरित्र भाग १ व २, मुंबई, १९२७, पृ. १९५-१९६). थोडक्यात असे म्हणता येईल की, हिंदी लोकमत निर्माण करून सरकारच्या कानापर्यंत लोकांचे ते मत पोचविण्याच्या ईर्षेने हे पत्र काढण्याचा खटाटोप करण्यात आला होता. रावसाहेब मंडलिक यांचे हितचिंतक कर्नल जेकब यांनी हिंदुस्थानात लोकमत नसल्याची जी उणीव दाखवून दिली होती, ती दूर करण्याचा हे पत्र हा उपक्रम होता.

"नेटिव वर्तमानपत्रकारांस सरकारकडून कमजास्ती खबर योग्य वेळी मिळत नाही, अशी फार दिवसांची ओरड आहे. अँग्लो-इंडियन वर्तमानपत्रकारांस मात्र याच सरकारातून तीच बातमी हवी तशी पाहिजे तेव्हा मिळते. नुसत्या बातमीच्या संबंधातसुद्धा नेटिव व अँग्लो-इंडियन ह्यांच्या दरम्यान पंक्तिभेद करावा ही गोष्ट न्यायी म्हणविणाऱ्या सरकारास शोभत नाही." (नेटिव ओपिनियन' १५ जुलै १८८८)

पहिल्याच वर्षी म्हणजे १८६४ च्या मे मध्ये रत्नागिरी हायस्कूलचे रसेल यांच्या वर्तनावर 'नेटिव ओपिनियन'ने टीका केली होती. रसेल शाळेत वेळेवर जात नसत. दोन वर्षांत एकही विद्यार्थी मॅट्रिक्युलेशनच्या परीक्षेस बसू शकला नव्हता. अशी रसेल यांची एकंदर बेदरकार वागणूक होती. 'नेटिव ओपिनियन' ने कडक टीका करताना लिहिले की, रसेल हे नालायक आहेत. त्यांच्या पगाराचा पैसा हिंदुस्थानातील गरीब रयतेच्या पैशावर एक बोजाच आहे. या टीकेने अर्थात खळबळ उडाली पण ती परिणामकारकही ठरली. चौकशी होऊन रसेल यांची उचलबांगडी झाली व 'नेटिव ओपिनियन'ने सुचविल्याप्रमाणे डॉ. रामकृष्ण गोपाळ भांडारकर यांची तेथे नेमणूक झाली.

१८६४ साली नगरशेट ना. नाना शंकरशेठ यांचा पुतळा उभारून स्मारक करण्याबाबत विचार करण्यासाठी भरलेल्या सभेत त्या वेळचे एक निष्णात कायदेपंडित पण पक्के भारतद्वेष्टे बॅ. अन्स्टी व 'बॉम्बे गॅझेट' या पत्राचे संपादक मॅक्लीन यांनी स्मारकाच्या कल्पनेला विरोध केला होता.

तेव्हा भारतद्वेष्ट्या अन्स्टी आणि मॅक्लीनसारख्या लोकांचा मामांनी अगदी परखड समाचार नेटिव्ह ओपिनियनमधून घेतलेला आहे.

एलफिन्स्टन विद्यालयाचे प्राचार्य कर्कहॅम याच्या बेशिस्त वागणुकीवरही टीका करण्यास ह्या पत्राने मोठेच धैर्य दाखविले.

पुढे कुप्रसिद्ध झालेला क्रॉफर्ड याच्या कारभारावरही मामांनी टीका केली होती. संस्थानिकांविषयीही त्यांनी अभ्यासपूर्ण लेखमाला लिहिली.

विश्वनाथ नारायण मंडलिक (८ मार्च १८३३ - ९ मे १८८९). वि. ना. मंडलिक म्हणजे प्रसिद्ध कायदेपंडित, पत्रकार, लेखक आणि समाजसुधारक, रावसाहेब मंडलिक या नावाने ते परिचित आहेत. शिक्षण मुरुड, रत्नागिरी आणि मुंबई, १८५५ शाळाखात्यात निरीक्षक (व्हिजिटर) म्हणून प्रवेश केला आणि खेड्यापाड्यांना शाळा स्थापण्यात ते अग्रेसर होते. १८६३ पासून मुंबई उच्च न्यायालयात वकिली करू लागले.

मुंबई विद्यापीठात फेलो, डीन आणि सिंडिकेट सदस्य म्हणून काम केले. मुंबई महानगरपालिकेचे अध्यक्षही होते. स्टुडंट्स लिटररी अँड सायंटिफिक सोसायटीचे सचिव आणि अध्यक्ष, मुंबई कायदे कौन्सिलचे तीन वेळा तर गव्हर्नर जनरलच्या कलकत्ता येथील कौन्सिलचे एक वेळा सभासद, १८७६ मध्ये मुंबई उच्च न्यायालयात सरकारी वकील. मुंबई वकील परिषदेचे अध्यक्ष. त्या काळात त्यांनी महत्त्वाच्या दाव्यांत नोंदविलेली मते आजही उपयुक्त मानली जातात. मुंबई रॉयल एशियायिक सोसायटीचे उपाध्यक्ष, बंगाल एशियायिक सोसायटीचेही सदस्य. स्टॅटिस्टिकल सोसायटी ऑफ लंडनचे फेलो, रॉयल जिऑग्राफिकल सोसायटी ऑफ ग्रेट ब्रिटन अँड आयर्लंडचे सदस्य. भारतीय राष्ट्रीय काँग्रेसच्या कार्यातही भाग. सरकारी बहुमानाच्या पदव्या मिळाल्या पण रावबहादूर ही पदवी त्यांनी नाकारली.

जीवनात त्यांनी फार मोठे सामाजिक कर्म केले. १८६२ मध्ये मुंबई विद्यापीठातून देशी भाषांना अर्धचंद्र दिला तेव्हा त्या ठरावास जोरदार विरोध केला. स्त्रीशिक्षणाचा पुरस्कार नि विधवाविवाह घडवून आणले. हुंडाबंदी, जातिभेद, कर्मठ आचारविचार यांवर कडाडून हल्ला.

मराठी वाङ्मयात महत्त्वाची भर घातली. हिंदुधर्मशास्त्रावर संशोधनपूर्ण लेखन. व्यवहारमयूख नि त्याचे त्यांनी केलेले भाषांतर (१८८०) आजही मौलिक मानले जाते. हिंदू लोकांच्या मध्यंतरीय अवस्थेविषयी विचार, हिंदुस्थानचा इतिहास (३ खंड) कोकणातील वतनदार खोतांचा इतिहास, मुंबई इलाख्याचा इतिहास, दिवाणी कायद्याची भूमिका इत्यादी ग्रंथ तसेच महाबळेश्वर येथील कृष्णा नदीचा उगम, संगमेश्वर माहात्म्य, पश्चिम हिंदुस्थानातील नागपूजा इ. निबंध उल्लेखनीय आहेत. कायदा आणि राज्यशास्त्र यावर विपुल लेखन, मृत्यूनंतर (१९०५) त्यांची ग्रंथसंपदा फर्ग्युसन महाविद्यालयास देण्यात आली.

(ज. बा. संकपाळ, त्र्यं कृ. टोपे, मराठी विश्वकोश) -

मामा परमानंद ह्यांचा काळ आहे. ३ जुलै १८३८ - १३ सप्टेंबर १८९३.

प्रार्थना समाजाचे संस्थापक नि संवर्धक नारायण महादेव परमानंद हे त्यांचे नाव. लहानपणी जीवनात खूप अडचणी पण त्या पार करून ते एलफिन्स्टन हायस्कूलमध्ये शिक्षक. अनेक नामवंत विद्यार्थी तयार केले. प्रसिद्ध संशोधक काशिनाथपंत तेलंग त्यांचेच विद्यार्थी. पुढे शिक्षकी पेशा सोडून वृत्तपत्रसंपादक आणि लेखन ह्या सार्वजनिक क्षेत्रात त्यांनी आमरण मोठे यश आणि कीर्ती मिळविली. इंद्रप्रकाश, नेटिव्ह ओपिनियन, इंडियन स्पेक्टॅटर नि विशेषत: सुबोधपत्रिका ह्या वृत्तपत्रांचे दायित्व अंगावर घेऊन निर्भीडपणे नि नि:स्पृहपणे पार पाडले.

इंग्रजी भाषेवर उत्कृष्ट प्रभुत्व. त्यांचे लेखन सुबोध, चटकदार, मार्मिक आणि निश्चयात्मक मते मांडणारे होते. दैनंदिन राजकीय घडामोडींवरील त्यांची टीका भारदस्त नि न्यायनिष्ठुर असे. तत्कालीन अनेक भ्रष्टाचारी प्रकरणांवर त्यांनी प्रकाशझोत टाकला; युरोपीय अधिकाऱ्यांचासुद्धा बेबंदपणा त्यांनी उघडकीस आणला. हाच रोष त्यांना शासकीय सेवेत नडला. संस्थानी कारभार नि त्याची सुधारणा यावरही लेख लिहिले. सर विल्यम वेडरबर्न हे मामांची योग्यता जाणून होते. त्यांनीच मामांना मजूर खात्याचे सचिव केले. पुढे महसूल आणि सामान्य खात्याचे अधीक्षकही झाले.

राजकारणाचा त्यांचा अभ्यास उत्कृष्टच. महाराजा सयाजीराव, सर विल्यम वेडरबर्न, रानडे, तेलंग, चंदावरकर, मलबारी, मोतीलाल घोष ही मंडळी त्यांचा सल्ला घेत. प्रार्थनासमाजाचे ध्येयनिष्ठ, निष्ठावंत नि समर्पित कार्यकर्ते, अंथरुणाला खिळले तरी सुबोध पत्रिकेसाठी लेखन चालूच असे. ते कृतिशील धर्मसुधारक नि समाजसुधारक होते.

न्या. रानडे त्यांना राजकीय ऋषी असे म्हणत असत. त्यांचे घर म्हणजे पुढाऱ्यांच्या वर्दळीचे ठिकाण नि पुनर्विवाहितांचा आश्रम, जानकीबाईंनी त्यांना शेवटपर्यंत साथ दिली.

तरुणास उपदेश, पितृबोध, १८८५ (मराठी, इंग्रजी, गुजराती), मामांची एका संस्थानिकास बारा पत्रे १८९१ (मराठी १९६३) मराठी पोवाडे गोळा करण्यात एच.ए. ऑक्वर्थ यांना मामांचे बहुमोल सहकार्य. म. फुले आजारी असताना त्यांना अधिक साहाय्य मिळावे म्हणून सरकारला पत्रे लिहिली. त्यामुळे म. फुल्यांच्या चरित्रावर नि कार्यावर चांगला प्रकाश पडतो. (रा. ना. चव्हाण, प्र. बा. कुलकर्णी, द्वा. गो. वैद्य)

२५. अरुणोदय

मुंबईबाहेर ठाण्यात निघालेले नि अतिशय गाजलेले वृत्तपत्र म्हणजे अरुणोदय! ठाण्यातले पहिले वृत्तपत्र. हे पत्र काशिनाथ विष्णू फडके ह्यांनी २२ जुलै १८६६ ह्या दिवशी चालू केले. प्रथम रघुनाथ शंकर शास्त्री नि नंतर फडके हे संपादक झाले. अनेक अडचणी असूनही तेजस्वी बाण्याने हे पत्र दीर्घकाळ चालले. स्वतःचे वार्ताहर नेमण्याचा अरुणोदयचा उपक्रम विशेषच म्हटला पाहिजे. नव्या वर्षाच्या पहिल्या अंकात गतवर्षातील लेखांची आकारविल्हे सूची देण्यात येई, हाही उपक्रम नवीनच होता.

'ज्ञानप्रकाशां'त अशी सूचना आली होती की, वृत्तपत्रांत लेखन करणाऱ्या बाहेरच्या लोकांना काही मोबदला देण्यात यावा. 'अरुणोदय' पत्राने ही सूचना उचलून धरली व त्याप्रमाणे जाहिरही करून टाकले. त्याबाबतही सूचना अशी होती -

वर्तमानपत्रे

> "... जे गृहस्थ आमच्याकडे चालू उपयुक्त विषयांवर निबंध लिहून पाठवतील त्यांस दररोज कालमच्या निबंधास आम्ही अडीच रुपयेप्रमाणे पाठवून देऊ.

'अरुणोदय' पत्राचे एक वैशिष्ट्य म्हणजे त्यात सुप्रसिद्ध ज्योति:शास्त्रज्ञ शंकर बाळकृष्ण दीक्षित यांचा सायन पंचांगाचा 'एक पंधरवडा' प्रसिद्ध होत असे. "भारतीय ज्योति:शास्त्राचा अथवा भारतीय ज्योतिषाचा प्राचीन आणि अर्वाचीन इतिहास" या जगद्विख्यात ग्रंथाचे लेखन दीक्षित यांनी केले होते. सायन पंचांगाचे ते एक प्रवर्तक होते. सवड होई तेव्हा दीक्षित, पैशाची घस सोसूनही पंचांग स्वतंत्र रीतीने प्रसिद्ध करीत. पैशाची अडचण असली की, पंचांगाचे पंधरवडे 'अरुणोदया'त प्रसिद्ध होत. (शंकर बाळकृष्ण दीक्षित, भारतीय ज्योति:शास्त्र अथवा भारतीय ज्योतिषाचा प्राचीन आणि अर्वाचीन इतिहास, पुणे, १९३१, दु. आ. (त्रोटक जीवनवृत्त) पृ. ३).

'अरुणोदय' पत्र निघाले तेव्हा मुद्रणाचा तसा बराच प्रसार झालेला होता, तरीही अपसमज संपलेले नव्हते. छापण्याच्या शाईत चरबी वापरली जाते अशा समजुतीमुळे 'सोवळ्यांनी वाचण्याकरिता' श्रीगुरुचरित्राची पोथी तयार केल्याची 'अरुणोदया'तील ही जाहिरात पाहा -

सोवळ्यांनी वाचण्याकरिता श्रीगुरुचरित्र

> "हे पुस्तक चांगले शुद्ध करून शिव्ळाप्रेसवर छापण्याचे काम सुरू केले आहे. कागद जाडा, अक्षर सुवाच्य. अक्टोबर १८६६ पैसा पाठविणारास किंमत ४ रु. ४ आ. व बंगी खर्च ०.१२ (बारा आणे) एकूण ५ रुपयांस मिळेल. २० प्रती घेणारास बंगी खर्च पडणारा नाही. किंमतीबद्दल वर्तवळ्या सुद्धा टिकिटे पुणे ज्ञानप्रकाशचे म्यानेजर नावे पाठवावी, म्हणजे पुस्तके तयार होतांच रवाना केले जाईल. (अरुणोदय, १४ ऑक्टोबर १८६६) रामचंद्र गणेश काळे."

'अरुणोदय' पत्रात सामाजिक व राजकीय प्रश्नांना विशेष प्राधान्य असे. अर्थात त्यातही तात्त्विक चर्चेला फारसे स्थान नसे. सामाजिक व राज्यकारभारविषयक प्रश्नांबाबत लिहून लोकांना त्यांची माहिती घ्यावयाची, असे उद्दिष्ट पुढे ठेवून पत्र चालविण्यात येत असे. सामाजिक सुधारणेबाबत पत्राचे धोरण सर्वस्वी अनुकूल होते असे आढळत नाही, पण अनेक प्रश्नांत पत्राची भूमिका समतोल असे. राजकीय प्रश्नांत पत्राचा कल ब्रिटिश सत्तेला प्रखर विरोध करण्याकडे होता. 'अरुणोदया'तील लेखात सखोल विवेचन, विद्वत्ता यापेक्षा जहाल राजकीय विचारसरणीवर विशेष भर असे. हे पत्र सरकारी रोषास बळी पडले यावरूनही ही गोष्ट स्पष्ट होते. १८८५ साली राष्ट्रीय काँग्रेसचा जन्म झाला. पण त्याआधी सुमारे वीस वर्षे 'अरुणोदया'त राजकारणाचे व परकी सत्तेच्या उच्चाटणासाठी कसे प्रयत्न व्हावयाला पाहिजेत, याबाबत विवेचन व मार्गदर्शन करण्यात येत असे. हे धोरण पुढे पुढे तर अधिक कडक होत गेले. 'हिंदुस्थानी वर्तमानपत्राचे वजन का नाही?' या मथळ्याच्या लेखात 'अरुणोदया'ने म्हटले होते की, ''हिंदुस्थानचा राज्यकारभार हिंदुस्थानच्या लोकांच्या सल्ल्याने होत नाही. हेच त्याचे मुख्य कारण आहे; आणि ते कारण जोपर्यंत दूर होणार नाही तोपर्यंत आमच्या पत्रास कधी खरे वजन येणार नाही.'' हे विचार १९०० सालातले आहेत. पण सुरुवातीपासूनच सामान्यत: 'अरुणोदया'च्या विचारांचा कल अशा स्वरूपाचाच होता.

समाजसुधारणांचा या पत्राने हिरिरीने पुरस्कार कधी केला नाही. पण वेदोक्त प्रकरणात 'अरुणोदया' ची भूमिका पुष्कळच समतोल होती. बडोदे नरेशांच्या 'वेदोक्त' प्रकरणी 'अरुणोदया'ने आपल्या १ नोव्हेंबर १८९६ च्या अंकात पुढील विचार प्रकट केले होते-

ग्रामण्य

> ''गायकवाडांकडे वेदोक्त कर्म करण्यास ब्राह्मणांनी इतके आढेवेढे का घ्यावे? ब्राह्मणांनी आपले वेद म्लेंच्छास शिकविले आणि ते छापून प्रसिद्ध केले, त्या छापील पुस्तकावरून ते म्लेंच्छ लोक वेद ब्राह्मणांच्या मुलांस शिकवू लागले आणि पंडित बनले. ब्राह्मण त्या वेदरहस्याच्या कामात आनिविसेन (ऑनिविझंट?) सारख्या म्लेंच्छ स्त्रियांपासून गुरुपदेशही घेऊ लागले हे प्रसिद्ध असता बिचाऱ्या गायकवाडासच आमच्या ब्राह्मणांनी का अडवावे? क्षत्रियांस गुरुपदेश करण्याचे ब्राह्मणांचे काम आहे. (अरुणोदय, १ नोव्हेंबर १८९६)

डॉ. आनंदीबाई जोशी या अमेरिकेत शिक्षण घेतलेल्या पहिल्या महिला डॉक्टर. त्यांचे पती गोपाळराव जोशी हे त्या काळात एक विक्षिप्त गृहस्थ म्हणून गाजले. त्यांच्याबद्दल 'अरुणोदया'ने पुढीलप्रमाणे मत प्रकट केले होते.

गोपाळराव जोशी

> "पुण्यास सर्वच काही विलक्षण आहे. पुण्यास जसे शहाणे, खटपटी व राजकीय उलाढाली करणारे लोक आहेत त्याचप्रमाणे गोपाळराव जोशासारखे कित्येक विक्षिप्त गडीही आहेत. या गोपाळरावांनी अलीकडे पुण्यास बराच गोपाळकाला चालविला होता. गाढवाचे बाप तर झाले. दारू पिणाऱ्या ब्राह्मणांची यादी त्यांनी प्रसिद्ध केली, चहा कॉफी पिणारांचा नक्षा उतर (व)ला, हिंदू धर्मात अर्थ नाही असेही प्रतिपादन केले व सरते शेवटी ते स्वत: खिस्तानुयायी झाले. तेव्हा ही विलक्षण व्यक्ती नव्हे काय? असे ते न करते तर बायकोच्या नावावरून प्रसिद्धीस आले असते पण आता ते स्वत:च्या कुचेष्टेने पुढे आले आहेत! यांच्या या कुचेष्टेने लोक यांची पूर्ण किंमत जाणून आहेत. पण त्यांनी यापुढे हा सर्व बाजार आटपून काही तरी परलोकी उपयोगी पडेल असे कृत्य करावे. असो. या विक्षिप्त व्यक्तीबद्दल विशेष लिहिणे म्हणजे उगीच जागा अडविण्यासारखे आहे." (अरुणोदय, १२ जुलै १८९१)

व्यंगचित्रांचे वृत्तपत्र

२६. हिंदू पंच

"हिंदू पंच ह्या नावाने मार्च महिन्याच्या २१ तारखेपासून थट्टाखोर मनोरंजक वर्तमानपत्र निघत आहे. याची किंमत टपालखर्चसुद्धा सारी ३ रुपये १० आणे आहे. पंच पत्राचा मुख्य उद्देश एखाद्या विषयाची रूपकाद्वारे थट्टा करून तिचे हुबेहूब स्वरूप वाचणाऱ्यांच्या लक्षात बिंबवण्याचा आहे. किंमत अगर नावे ठाणे सूर्योदयाचे मॅनेजर याजकडे पाठवावी, पत्रकर्तें."

व्यंगचित्रांच्या बाबतीत 'हिंदू पंच'ने आपिली कारकीर्द गाजविली. हिंदू पंच गोपाळ गोविंद दाबक ह्यांनी लोकहितवादींचे कार्यवाह वामन बाळकृष्ण रानडे ह्यांच्या साहाय्याने चालू केले. मराठीत व्यंगचित्र काढण्याचा पहिला मान दाबक

ह्यांच्याकडे जातो. हिंदू पंच १८७२ मध्ये चालू झाला. १९०४ च्या सुमारास कृष्णाजी काशिनाथ तथा तात्या फडके ह्यांच्याकडे संपादकत्व आले.

हिंदू पंचचे संपादक फडके स्वत:ला 'पंच आजोबा' म्हणवून घेत. कधी ते पंच सरकार असेही म्हणत. ते स्वत:चा सरकार, खुद्द आम्ही असाही उल्लेख करीत असत. कधी हे आजोबा, लहान मोठ्या कुटुंबीयांच्या घरातील जिव्हाळ्याचे वडिलधारे माणूस म्हणूनही उपदेश, इशारे देत.

'ढोंग परिस्फोट' किंवा 'दंभस्फोट' अशा उपशीर्षकाखाली छापलेला असे. श्लोक असा होता -

बिलोल नयना सती प्रियपतिप्रति हर्षवी ।

न ती सुमती माणसा स्वकृतिने कदा रोषवी ।।

तशी ही नवपत्रिका बहुजनप्रीति पात्र हो ।

सदैव गुरुवासरी प्रगटुनी हरु त्रास हो ।।

'पंच आजोबां'च्या राज्यात गावगुंडी करणारांचाही परखड समाचार घेण्यात येत असे. यासाठी तीक्ष्ण शब्दांचे शस्त्र वापरण्यात येई. 'लिहून आलेला मजकूर', हेरखात्याला मिळालेली 'एक बातमी' अशा शीर्षकाखाली अशा गावगुंड माणसाचे नाव तेवढे देण्याचे बाकी ठेवून, त्या व्यक्तीची ओळख पटावी अशी माहिती छापण्यात येई. अशा इशाऱ्याने संबंधित सावध झाले नाही की, धमक्या सुरू होत आणि पंचसरकारच्या न्यायालयातर्फे नरक लोकातील हालअपेष्टांना साजेशा शिक्षा फर्मविण्यात येत. अर्थात त्यात बीभत्सपणा असे. तारतम्य पाळण्यात येत नसल्याने अर्थातच टीका होई.

लहानमोठ्या कुठल्याही विषयावर पंचआजोबांची लेखणी न कचरता अप्रतिहत चालत असली, तरी कोणाच्याही मृत्यूबद्दल लिहिताना ती अडखळत असे. या म्हाताऱ्याचे मन तेव्हा कळवळून गेल्याचे जाणवत असे. नाना मोरोजी यांचा अगदी तरुण मुलगा मृत्युमुखी पडला तेव्हा "ही पोरे आपल्या वृद्ध आईबापांचा पूर्वजन्मीचा दावा व वैर उगवतात काय? अरेरे!" असे उद्गार पंच आजोबांनी काढले होते. (हिंदु पंच, १३ मार्च १८८२) 'निबंधमाला'कार विष्णुशास्त्री चिपळूणकर यांचे अकाली निधन झाले तेव्हा आपला पुतण्याच गेला असे दु:ख आजोबांनी प्रकट केले होते. आजोबा लिहितात -

"पंचांचा वृद्ध मित्र कै. वा. कृष्णशास्त्री चिपळूणकर जितका लोकप्रिय होता. त्याचेपेक्षा पुष्कळ पटीने त्याचा हा अल्पायू आत्मज अधिक लोकप्रिय आणि लोकमान्य होता. कधी कधी म्हाताऱ्या पंचकाकांस या पुतण्याचे बालिश व चटोर लेख आवडत नसत. तरी त्यांतील माधुर्य, रसिकता वगैरे बिलकुल असेवनीय नसत. पंचाचा हा पुत्रस्थानीय विष्णुशास्त्री, महाराष्ट्र भाषावधूचा चूडामणी होता. वा विष्णुशास्त्री! तू या वृद्ध काकास सोडून आपल्या ऐन उमेदीत व तारुण्यात स्वर्गसुख भोगण्यास गेलास! तुला इतक्यातच या हतभाग्य आर्यभूमीचा त्रास झाला काय? अरे बाळा! तुझी ती सप्तवार्षिकी कन्या निबंधमाला नष्टपितृ झाली ना? शिव शिव! काय रे तुझे उद्योग? काय रे तुझा हव्यास? काय रे तुझे मित्रप्रेम? किती रे तुझी देशप्रीती? आता तुझा केसरी, मराठा, आर्यभूषण छापखाना, चित्रशाळा, किताबखाना, भोजनगृह, न्यू इंग्लिश स्कूल वगैरे अनाथ झाली ना? तुझ्या प्रिय मातेचे दुःख कोण शमवील? बा विष्णो! अरे विष्णुशास्त्री! रामराम!" (हिंदुपंच, २३ मार्च १८८२)*

असो. हिंदू पंचचे लेखन विविधांगी होते. उपहास, विरोध ही त्याची प्रमुख शस्त्रे होती. व्यंगावर बोट ठेवून मर्मभेद करण्याचा त्याचा बाणा असे. १८९३ पासून त्यात विनोदी चित्रे प्रसिद्ध होऊ लागली. राजकारणी चित्रांना त्यात प्राधान्य असे. मराठीतील पहिले व्यंगचित्र वृत्तपत्र म्हणून त्याला विशेष स्थान आणि महत्त्व आहे.

२७. दीनबंधू

जोतिबा म्हणजे महाराष्ट्रातील अग्रगण्य अत्यंत थोर समाजसुधारक. समाजसुधारणा, शूद्रातिशूद्रांची सुधारणा हा त्यांचा ध्यास होता. जोतिबांना वृत्तपत्रांच्या उपयुक्ततेची जाणीव होती. ज्या शूद्रानिशूद्रांना दास्यातून मुक्त करण्यासाठी त्यांनी पुढाकार घेतलेला होता, त्यांच्या दुःखांना वाचा फोडण्यासाठी, लोकांना दिशा दाखविण्यासाठी आणि सरकारकडून न्याय मिळवून देण्यासाठी वृत्तपत्र हे एक प्रभावी साधन आहे हे जोतिबांच्या ध्यानात आलेले होते. एकोणिसाव्या शतकातले बहुतेक सर्व वृत्तपत्रकार ब्राह्मण होते. त्यामुळे शेतकरी, कामकरी आदी प्रश्नांकडे त्यांचे दुर्लक्षच झाले. वृत्तपत्राच्या प्रभावाची जोतिबांना कल्पना असली तरी त्या वेळच्या वृत्तपत्रांची संकुचित वृत्ती आणि पक्षपातीपणा ह्यांवर त्यांनी कडक टीका

केली होती. तळगाळापर्यंत त्या काळची वृत्तपत्रे पोहचली नव्हती..

जोतिबांनी नि:स्वार्थी अशा कार्यकर्त्यांची एक फळीच उभी केली होती त्यांतील एक प्रमुख कार्यकर्ते म्हणजे कृष्णराव पांडुरंग भालेकर!

कृष्णराव भालेकर आणि 'दीनबंधू'

कृष्णराव भालेकरांनी दीनबंधू वृत्तपत्र कढण्यात पुढाकार घेतला होता. जोतिबांच्या सहवासात येण्याच्या अगोदरपासूनच त्यांचे समाजसुधारणेकडे लक्ष गेलेले होते. सार्वजनिक कामांशी त्यांची ओळख होती नि त्यांच्या सांगण्यावरून त्यांनी पुण्याच्या भांबुर्डे भागात एक 'गरीबशी लायब्ररी' चालू केलेली होती. 'लोककल्याणेच्छू' आणि 'ज्ञानचक्षू' ही दोन वृत्तपत्रे तेथे येत. त्यावरून आपणही काही लिहावे असे कृष्णरावांना वाटू लागले.

ब्राह्मणी वृत्तपत्रांतून सत्यशोधक समाज, म. फुले ह्यांचे कार्य ह्यावर टीका असे. सत्यशोधक समाजाच्या पुण्यातील मंडळींनी वृत्तपत्र काढण्याचे ठरविले नि तसे मुंबईच्या कार्यकर्त्यांना कळविले. मुंबईच्या तेलुगू कार्यकर्त्यांनी तर एक छापखानाच पुण्यास पाठवून दिला - ''समाजाचे हेतू, आणि गरीब, अज्ञानी, क्षुद्र लोकांची हेतू, आणि गरीब, अज्ञानी, क्षुद्र लोकांची संकटे व भटभिक्षुक आणि सरकारी ब्राह्मण कामगार यांजपासून त्यास जे त्रास सोसावे लागतात ते आमच्या दयाळू सरकारास जाहीर करण्याकरिता उपयोगी ठरावे.'' म्हणून हा छापखाना देण्यात आला होता.

परंतु मतभेद, वादंग आदींमुळे दोन वर्षे तरी वृत्तपत्र चालू होईना. कृष्णरावांच्या हाती वर्तमानपत्र जाण्यास खुद्द जोतीरावांचाच विरोध होता, असे दिसते. दोघांचे थोडे मतभेद होऊ लागले. काही मार्ग दिसेना शेवटी १८७७ च्या अगदी आरंभासच खूप अडचणी, विरोध असला तरीही ब्राह्मणी पुण्यातच दीनबंधू चालू करण्यात आले. महत्त्वाकांक्षा आणि तळमळ ह्या जोरावर, कोणाचे साहाय्य न घेता एकट्याच्या हिंमतीवर वृत्तपत्र चालू करण्याचे धैर्य कृष्णरावांनी दाखविले. स्वत:चे पैसे खर्च करून नि प्रचंड परिश्रम करून नवनवीन कार्ये स्वीकारावयाची हा कृष्णरावांचा स्वभावच होता.

१ जानेवारी १८७७ दीनबंधूचा प्रारंभ झाला. कृष्णरावांचे बंधू रामचंद्रराव ह्यांच्या साहाय्याने कर्ज काढण्यात आले होते. कृष्णरावांची निष्ठा आणि तळमळ ह्यामुळे त्यांचे लेखन मोठे चटकदार असे. पण वर्तमानपत्र विकत घेणारे लोक फारच थोडे. अडचणीच अडचणी समोर उभ्या ठाकल्या होत्या. १८७७ च्या

दुष्काळाने त्या अडचणींत भरच पडली पण कृष्णरावांची जिद्द अगदी वाखाणण्यासारखी होती. वृत्तपत्रापायी घर गेले, जमीन गेली, दागिने विकण्याचा प्रसंग आला तरीही अत्यंत नेटाने कृष्णरावांनी तीन वर्षे पत्र चालविले. जोतीरावांचा कृष्णरावांना विरोध होता तरीही जोतीरावांवरील टीकेचा समाचार घेण्यास कृष्णरावांनी मुळीही मागे पाहिले नाही. विष्णुशास्त्री चिपळूणकरांवरही त्यांनी कडक टीका केली.

पत्र चालविणे अशक्य झाले. शेवटी मुंबईचे कार्यकर्ते कामगार संघटनेचे प्रवर्तक नारायण मेधाजी लोखंडे नि रामजी संतुजी आवटे ह्यांनी सारे ऋण फेडून मुंबईहून दीनबंधू चालू केले. ९ मे १८८० भालेकरांनी अडचणी सोसूनही पत्र चालविल्याबद्दल त्यांचा गौरवही मुंबईहून निघालेल्या पहिल्या अंकात करण्यात आला होता. नवे संपादक नारायण मेधाजी लोखंडे यांनी लिहिले होते की, "... फुकट देखील पत्रे वाचण्याची गोडी व ईर्ष्या नाही... बाहेरगावचे राहाणारे नामांकित गृहस्थास टपालहशील भरून (अंक) जात असत त्यांजकडून पैसा येण्याची मारामार तेव्हा अर्थातच रा. रा. रामचंद्रराव व कृष्णराव पांडुरंग भालेकर यांस हातपाय गाळणे भाग पडले. या उभय बंधूंनी आपले मानवीपणाचे कर्तव्यकर्म या सव्वातीन वर्षांत उत्तमप्रकारे बजाविले त्याजबद्दल त्यांची जेवढी प्रशंसा करावी तेवढी थोडीच... हे दीनबंधू बंद होऊ नये म्हणून मुंबईतील बरेच मंडळींच्या मनात येऊन त्यांनी हे पत्र पुण्याहून मुंबईस आणून सुरू ठेविले आहे. व ह्यापुढे ते सदोदित चालावे अशी व्यवस्था आमचे मुंबईतील व बाहेरगावचे ब्राह्मणांखेरीज करून इतर जातींतील सूज्ञ व विद्वान लोकांकडून होईल अशी पूर्ण आशा आहे." (य. दि. फडके, शोध सत्यशोधकांचा', मौज दिवाळी १९७८, पृ. १२७)

श्री. लोखंडे ह्यांनी विरोधकांचे सारे हल्ले आपल्या तिखट लेखणीने परतवून लावले. जशास तसे अशी त्यांची उत्तरे असत. अतिशय कडक भाषेत टीकेला उत्तर द्यावे असे त्यांचे धोरण होते. पण मतभेदांमुळे रामजी आवटे हे सोडून गेले पण नारायणराव लोखंडे हरले नाहीत. त्यांच्या मृत्यूपर्यंत ते पत्र चालूच राहिले (९ फेब्रुवारी १८९७).

मग कोल्हापुरात भास्करराव जाधव, रावसाहेब विचारे, राणे आदींनी 'मराठा दीनबंधू' ह्या नावाने दीनबंधूचे पुनरुज्जीवन केले.

पण पत्राचे खरे पुनरुत्थान दामोदर सावळाराम यंदे नि वासुदेव लिंगोजीराव बिर्जे ह्यांनी केले. १९०५ च्या विजयादशमीच्या मुहूर्तावर दीनबंधू पुन्हा निघू लागला. बिर्जे ह्यांचे लेखन प्रेरणादायक नि आकर्षक असे. 'मराठा समाजाचे शिक्षण नि सुधारणा' लेखमालेंमुळेच मराठा शिक्षण परिषद जन्माला आली.

पण १९०८ वासुदेवराव बिर्जे ह्यांचे निधन झाले नि पुन्हा एका दीनबंधूवर संकट आले. पण वासुदेवराव ह्यांच्या पत्नी तानूबाई ह्यांनी आपल्या पतीचे कार्य मोठ्या धडाडीने चालू ठेवले. पण त्यांच्या मृत्यूनंतर दीनबंधू बंद पडला.

पुढे डॉ. वि. मा. नवले ह्यांनी १९२७ मध्ये दीनबंधू पुण्यात चालू केला. नि नंतर तो अनेक वर्षे चालू राहिला. शताब्दी साजरी करण्याचे भाग्य ह्या पत्राला मिळाले.

श्री. रा. के. लेले म्हणतात त्याप्रमाणे बहुजन समाजाच्या उद्धारासाठी महात्मा फुले ह्यांनी प्रज्वलित केलेल्या ज्योतीचा प्रकाश सर्वत्र पोचविण्याचे काम या पत्राने दीर्घकाळ केले. (मराठी वृत्तपत्रांचा इतिहास). सत्यशोधक चळवळीला या पत्राने सामर्थ्य प्राप्त करून दिले नि अनेक नवीन वृत्तपत्रांना स्फूर्ती दिली.

२८. विविधज्ञानविस्तार

गुंजीकर रामचंद्र भिकाजी. ३० एप्रिल १८४३ - १८ जून १९०१. मराठी ग्रंथकार आणि संपादक. जांबोटी (बेळगाव) जन्म. अनेक भाषाकोविद होते. मराठी ज्ञानप्रसादक बंद पडल्यावर पोकळी भरून काढण्यासाठी विविध ज्ञानविस्तार (१८६७) हे दर्जेदार मासिक काढले. संपादक म्हणून स्वतःचे नाव घालत नसत. भाषिक संशोधन, व्याकरण, ललित वाङ्मय इ. विषयांवरील उत्तमोत्तम लेख त्यांनी त्यातून प्रसिद्ध केले. महाराष्ट्रातील ज्ञानलालसा आणि वाङ्मयीन अभिरुची ह्यांच्या वर्धनविकासात महत्त्वाचा वाटा उचलला. मराठी व्याकरणासंबंधी त्यांनी लिहिलेले लेख सर्वमान्य आहेत.

मोचनगड १८७१, गोदावरी ह्या कादंबऱ्या. अभिज्ञान शाकुंतल मराठी भाषांतर १८७०. रोमकेतू - विजया (रोमियो अँड ज्युलिएट भाषांतर १८७२), कन्नड परिज्ञान (व्याकरणयुद्ध कन्नड भाषेचे मराठीतून ज्ञान होण्यासाठी हे पुस्तक) मोचनगड ही पहिली ऐतिहासिक कादंबरी. (अ. र. कुलकर्णी, मराठी विश्वकोश)

२९. 'तरुण मराठा'

दिनकरराव शंकरराव जवळकर (१८९८ ते १९३२)

पुणे जिल्ह्यातील चोराची आळंदी येथे जन्म, बालपणी पितृत्व हरपल्याने शिक्षण आजोळी पुण्याला झाले, पुण्यात लहानाचे मोठे झाल्याने त्या वातावरणाचा प्रभाव आणि संस्कार त्यांच्या मनावर उमटला, आंतरजातीय विवाहांचा पुरस्कार

करणाऱ्या पटेल विधेयकाला पाठिंबा देण्यासाठी त्यांनी 'प्रणयप्रभाव' नाटक लिहिले. त्याच्यावर बंदी आली.

राजर्षी शाहूमहाराजांनी कोल्हापुरात जवळकरांना 'तरुण मराठा' वृत्तपत्र काढायला साहाय्य केले. औंध संस्थानिकांच्या तक्रारीवरून त्यांना कोल्हापूर सोडून पुण्याला यावे लागले. पुण्यात परतल्यावर त्यांच्या कारकिर्दीने सर्वोच्च बिंदू गाठला. छत्रपती मेळे, म. फुले पुतळा प्रकरण, देशाचे दुष्मन, कैवारी वृत्तपत्र, इंग्लंड दौरा, मुंबईत बंदी आज्ञा मोडून भाषण केले यास्तव कारावास आदी गोष्टी खूप वेगाने त्यांच्या आयुष्यात घडल्या.

प्रा. गणेश आणि ज्योती राऊत म्हणतात की जवळकरांनी जेधे यांच्या साहाय्याने छत्रपती मेळा, शिवछत्रपति स्मारक वाद, म. फुले पुतळा वाद, देशाचे दुष्मन पुस्तकावरचा वाद हे त्यांनी हिरिरीने लढविले. त्यांच्या पुस्तकांची नावे - सुद्धा अचाट असत. ''मर्द हो! नाके कापून घ्या!'' हे असेच एक उदाहरण. डॉ. बाबासाहेब आंबेडकरांना त्यांचा सक्रिय पाठिंबा होता.

आयुष्याच्या शेवटच्या कालखंडात त्यांनी शास्त्रीय समाजवादाचा पुरस्कार केला. त्यासाठी 'क्रांतीचे रणशिंग' ग्रंथ लिहिला, शेतकऱ्यांचे स्वराज्य यावे ही त्यांची मनीषा होती. ३ मे १९३२ ह्या दिवशी त्यांचे निधन झाले. (महाराष्ट्रातील परिवर्तनाचा इतिहास प्रा. गणेश राऊत, प्रा. ज्योती राऊत).

समारोप करताना अन्य काही वृत्तपत्रांचा परिचय करून घेऊ.

बेळगाव

महाराष्ट्र - कर्नाटक सीमवाद एकावन्न वर्षे झाली तरी सुटू शकला नाही. हे आमचे दुर्दैव! बेळगावात हे मराठी वृत्तपत्रांचे पहिल्यापासून मोठे केंद्र राहिलेले आहे.

बेळगाव समाचार - ४ जुलै १८६४ रोजी हे वृत्तपत्र बेळगावात चालू झाले. प्रत्येक सोमवारी ते निघत असे. भिकाजीपंत सामंत यांनी ते चालू केले. पुढे परूळेकर यांनी ते चालविले. ह्या पत्राचे आयुष्य खूपच मोठे आहे.

चिकित्सक - हे साप्ताहिक १८७६ च्या सुमारास निघाले. स्थानिक वार्ता नि घडामोडी ह्यांना त्यात स्थान असे. रावसाहेब आबाजी व रामचंद्रराव सावंत ह्यांनी हे पत्र चालू केले. कर्नाटकातील मुधोळ येथे सन्मार्गदर्शक १८७६ मध्ये निघाले. हितेच्छु नामक वृत्तपत्र कलादगी (कलघटकी) येथून १८८९ च्या सुमारास निघू लागले.

इस्त्राएली मराठी वृत्तपत्रे

गेली पन्नास-वर्षे इस्त्राएलचे नाव वृत्तपत्रात गाजत आहे. इस्त्राएली म्हणजे ज्यू समाज जगभर विखुरला. त्यांचे सर्वत्र भयंकर हाल झाले. अपवाद मात्र भारताचा. भारतात त्यांचे स्वागत नि सन्मानच झाला. ज्यू समाजाचे वैशिष्ट्य म्हणजे ते त्या त्या प्रदेशाच्या भाषेशी पूर्ण एकरूप झाले. त्यामुळेच महाराष्ट्रातील ज्यूंनी मराठी उत्तमपैकी आत्मसात केली. एवढेच नव्हे, तर त्यांनी मराठीत वर्तमानपत्रेही काढली. त्यांतील प्रमुख वृत्तपत्रे अशी - १) सत्यप्रकाश पाक्षिक रेउबेन आब्राहमजी कोरलेकर ६ सप्टेंबर १८७७ (२) इसरा येलाश्रमा पाक्षिक डेव्हिड हाइम दिवेकर १८७७ (३) इस्त्राएल पाक्षिक शेमोएल हाइम केहीमकर, १ एप्रिल १८८१ (४) इस्त्राएली धर्मदीप ३० सप्टेंबर १८८१. विनयामिन शिमशोन अष्टमकर... इत्यादी वृत्तपत्रांचा उल्लेख करू. त्यांची भाषा शुद्ध मराठी असे.

अन्य गावांतील काही वृत्तपत्रांचा उल्लेख करून ही मराठी पत्रकारितेची पहिली पावले इथेच थांबवूया.

कुलाबा (रायगड) जिल्हा - रावजी हरी आठवले यांनी १८७० मध्ये 'सत्यसदन' वृत्तपत्र चालू केले.

रत्नागिरी – 'वेंगुर्लें' वृत्त, १८७५, विठ्ठल गोविंद बाणावलीकर, (२) मालवण – 'विचारशील', १८८२, गणेश विश्वास पाटकर,

अहमदनगर – (१) वृत्तवैभव (२) न्यायसिंधू (Sea of Justice), १८६६, दाजीसाहेब कुकडे.

नाशिक – (१) नासिक वृत्त, १८६९, त्र्यंबक हरी काळे (२) नासिक समाचार, १८७५, हरी विष्णू सहस्त्रबुद्धे (३) 'हिंदुमित्र' १८७६.

धुळे – 'खानदेश वैभव' १८६८, गणपतराव वहाळकर वैद्य.

सोलापूर – 'कल्पतरू - आनंदवृत्त', १८७४-७५, बळवंत नारायण काकडे.

मराठी पत्रकारितेचे जनक बाळशास्त्री जांभेकर यांची मराठी पत्रकारांनी आजही आठवण ठेवलेली आहे. जानेवारी २००९ मधील दोन वार्ता.

परिशिष्ट १

बाळशास्त्री जांभेकर प्रतिमेचे पूजन
शहर पत्रकार संघातर्फे कार्यक्रम संपन्न

वृत्तपत्रसमूहात ६ जानेवारी हा 'पत्रकार दिन' म्हणून साजरा करण्यात येतो. त्याला अनुसरून तळेगाव दाभाडे शहर पत्रकार संघाच्या वतीने मंगळवारी संत तुकाराम साखर कारखान्याचे उपाध्यक्ष माउली दाभाडे व माजी नगराध्यक्ष सुरेश चौधरी यांच्या उपस्थितीमध्ये सा. अंबरच्या कार्यालयात 'पत्रकार दिन' संपन्न झाला. अध्यक्षस्थानी संघाचे अध्यक्ष एस.एन.गोपाळे होते.

प्रारंभी आद्य पत्रकार आचार्य बाळशास्त्री जांभेकर यांच्या प्रतिमेचे मान्यवरांचे हस्ते पूजन झाले. समाजात पत्रकाराचे अनन्य महत्त्वाचे स्थान असल्याचे नमूद करताना 'आजची पत्रकारिता' या विषयावर माउली दाभाडे यांनी सविस्तर मार्गदर्शन केले. सा.अंबरचे संपादक सुरेश साखरवळकर यांनी तळेगाव शहरपत्रकार संघ नियमांचे पालन करून संघाची प्रतिमा समाजात उजळ करीत असल्याबद्दल अभिमान व्यक्त केला.

संघाचे सचिव सुदेश गिरमे, प्रकल्पप्रमुख गणेश विनोदे, उपाध्यक्ष राधेशयाम येणारे पत्रकार परिषद प्रमुख सुनील वाळुंज, बाळासाहेब वाघमारे, बाळासाहेब भालेकर, मनोहर दाभाडे, अमीनखान, रामदास वाडेकर, शैलजा फुलकर, रमेश जाधव गुरुजी, इ. वेगवेगळ्या वृत्तपत्रांचे पत्रकार उपस्थित होते. कार्यक्रमाचे प्रास्ताविक सुरेश साखरवळकर यांनी केले तर स्वागत एस. एन. गोपाळे गुरुजी यांनी केले. सूत्रसंचालन शैलजा फुलकर यांनी केले. तसेच आभारप्रदर्शन मनोहर दाभाडे यांनी केले. (साप्ताहिक अंबर, तळेगाव दाभाडे, पुणे)

परिशिष्ट २

भारती विद्यापीठाच्या पुढाकाराने जांभेकरांच्या नावाने अध्यासन

पत्रकारितेच्या क्षेत्रातील आद्यजनक दर्पणकार बाळशास्त्री जांभेकर यांच्या नावाने अध्यासन सुरू करून पत्रकारितेच्या क्षेत्रातील विद्यार्थ्यांना प्रशिक्षण व संशोधनकार्यासाठी आवश्यक सुविधा देण्यासाठी भारती विद्यापीठ निश्चित पुढाकार घेईल व त्यासाठी ज्येष्ठ व व्यासंगी पत्रकारांचा सहभाग घेऊनच तसेच महाराष्ट्र पत्रकार कल्याण निधी व अन्य पत्रकार संघटनांना सामील करून हा उपक्रम व प्रकल्प निश्चितपणे राबवू अशी नि:संदिग्ध ग्वाही भारती विद्यापीठाचे कुलगुरू डॉ.शिवाजीराव कदम यांनी येथील समारंभात दिली.

महाराष्ट्र पत्रकार कल्याण निधीने तयार केलेल्या दर्पणकार आचार्य बाळशास्त्री जांभेकर आणि मराठी वृत्तपत्रसृष्टी या माहितीपटाच्या सीडीचा विमोचन समारंभ नवी पेठ पुणे येथील भारती विद्यापीठाच्या सभागृहात नुकताच संपन्न झाला.

डॉ. शिवाजीराव कदम, यशवंत पाध्ये, हरीश केंची, विजय बाविस्कर, दाजीकाका गाडगीळ, रवींद्र बेडकिहाळ आदी महनीय व्यक्ती ह्याप्रसंगी उपस्थित होत्या. 'दर्पणकार' बाळशास्त्री जांभेकरांच्या प्रतिमेला पुष्पहार समर्पण करण्यात आला.

या वेळी विजय बाविस्कर व हरीश केंची व दाजीकाका गाडगीळ यांची प्रसंगोचित भाषणे केली. अध्यक्षीय भाषणात यशवंत पाध्ये यांनी भारती विद्यापीठाने दर्पणकारांसारख्या वृत्तपत्राच्या ज्ञानपीठाला खऱ्या अर्थाने अभिवादन केले असल्याचे सांगून डॉ. शिवाजीराव कदम यांनी दर्पणकारांच्या अध्यासनासाठीच्या या सत्कार्यासाठी दिलेला हा कोरा चेक असल्याचे प्रतिपादन केले. डॉ. शिवाजीराव कदम नेहमीच सत्कार्याला साथ देतात हा आपला अनुभव असल्याचे सांगून याकामी भारती विद्यापीठाचे नेतृत्व स्वीकारून कदम यांचे आवाहन पत्रकारांनी व अन्य पत्रकार संघटनांनी स्वीकारून जांभेकर अध्यासन प्रकल्पासाठी पुढे येणे जरुरीचे आहे,

असे सांगितले. महाराष्ट्र पत्रकार कल्याण निधी या कार्यात निश्चित अग्रेसर राहील, असेही पाध्ये यांनी स्पष्ट केले. शेवटी विजय मांडके यांनी आभार मानले व कार्यक्रमाचा समारोप केला. (दै. लोकमान्य सांजवार्ता, पुणे जानेवारी २००९)

आणखी काही आधार

१) मराठी पत्रे, पत्रकारिता   पाटील अनंतराव

२) मराठी साहित्य, इतिहास आणि संस्कृती   डहाके वसंत आबाजी

३) सकाळ वृत्तपत्र आणि वृत्तसमूह   कर्वे स्वाती

४) पत्रकारितेची मूलतत्त्वे   पवार (डॉ.) सुधाकर

५) प्रसिद्धी आणि प्रतिमा   जाधव प्रल्हाद

६) माध्यमांची नीतिमत्ता : एक संशोधन   जोशी डॉ. श्रीपाद भा.

७) महाराष्ट्र २००९   दास्ताने संतोष

८) श्री. म. म. टांकसाळे, (लेखक)   सुजाता कानिटकर

पुणे नगर वाचनमंदिर,
महाराष्ट्र साहित्य परिषद

९) स. प. महाविद्यालय, ग्रंथालय

१०) चां. ता. बोद्रा महाविद्यालय, शिरूर

११) ज्ञानप्रबोधिनी, पुणे.

१२) श्री. सौ. प्रा. गणेश राऊत

www.ingramcontent.com/pod-product-compliance
Lightning Source LLC
LaVergne TN
LVHW020914200726
843506LV00011B/1721